AF762260

पुस्तकाचे वर्णन: "किशोरवयीन मुलांशी संवाद कसा साधायचा– विश्वास, समज आणि मार्गदर्शन"

किशोरवयीन मुलं हे त्यांच्या आयुष्याच्या संक्रमणाच्या टप्प्यावर असतात, जिथे ते शारीरिक, मानसिक आणि भावनिक पातळीवर मोठ्या बदलांचा सामना करत असतात. अशा काळात पालक म्हणून आपण त्यांच्यासोबत योग्य संवाद साधून त्यांना योग्य मार्गदर्शन करू शकतो. संवाद ही एक कला आहे, जी केवळ शब्दांनी नाही, तर विश्वास, सहानुभूती आणि समज यांच्या माध्यमातून घडते.

हे पुस्तक किशोरवयीन मुलांशी संवाद साधण्यासाठी पालकांना एक सखोल मार्गदर्शन प्रदान करते. विविध प्रकरणांमध्ये संवाद साधताना येणाऱ्या अडचणी, त्यावरील उपाय, आणि सकारात्मक नातेसंबंध विकसित करण्याचे मार्ग यांचा समावेश आहे.

पुस्तकातील मुख्य वैशिष्ट्ये:

किशोरवयीन मुलांची मानसिकता समजून घेण्याचे महत्त्व

विश्वासार्ह आणि सकारात्मक संवाद कसा साधावा

शाळेतील अडचणी, करिअर निवड, आणि किशोरवयीन प्रेम यावर मुलांशी चर्चा करण्याचे योग्य मार्ग

आधुनिक तंत्रज्ञान आणि सोशल मीडियाच्या प्रभावाविषयी चर्चा

कौटुंबिक जीवनात संवादाचे महत्त्व आणि एकत्रित वेळ घालवण्याचे फायदे

संवादकौशल्य सुधारण्यासाठी उपयोगी टिप्स

हे पुस्तक सर्व पालक, शिक्षक, समुपदेशक, आणि किशोरवयीन मुलांशी नातं जोडू इच्छिणाऱ्या कोणत्याही व्यक्तीसाठी उपयुक्त आहे. मुलांच्या भावनांना समजून घेताना, त्यांच्याशी मोकळेपणाने बोलताना, आणि त्यांच्या अडचणींवर उपाय शोधताना हे पुस्तक अत्यंत उपयुक्त ठरेल.

तुम्ही का वाचावे?

पालकत्व हा एक प्रवास आहे, जिथे संवाद हा आधारस्तंभ आहे. योग्य संवादाने तुम्ही तुमच्या मुलांच्या आयुष्यात सकारात्मक बदल घडवू शकता, त्यांचा आत्मविश्वास वाढवू शकता, आणि त्यांना आयुष्याच्या आव्हानांना सामोरे जाण्यासाठी सक्षम बनवू शकता. हे पुस्तक तुम्हाला संवादकलेचा एक नवीन दृष्टीकोन देईल, जो तुमच्या पालकत्वाला एक नवा आयाम देईल.

प्रेरणादायी संदेश:

"तुमच्या मुलांवर विश्वास ठेवा आणि त्यांना तुमच्यावर विश्वास ठेवण्यास शिकवा. संवाद हे नात्यांचे बीज आहे, जिथून विश्वास आणि प्रेमाची झाडे उगवतात."

हे पुस्तक तुम्हाला संवादाच्या या प्रवासात नक्कीच मार्गदर्शन करेल!

प्रकरणे

प्रकरण १: किशोरवयीन मुलांची मानसिकता समजून घेणे

प्रकरण २: संवादाचा मूलमंत्र

प्रकरण ३: आक्रमकतेऐवजी सकारात्मक संवाद

प्रकरण ४: किशोरवयीन मुलांचे आत्मविश्वास वाढविणे

प्रकरण ५: आधुनिक तंत्रज्ञान आणि सोशल मीडियाचा प्रभाव

प्रकरण ६: कौटुंबिक जीवन आणि संवाद

प्रकरण ७: विशेष प्रसंगी संवाद कसा करावा

प्रकरण ८: तुमची संवादकला सुधारण्यासाठी टिप्स

प्रकरण ९: मुलांमधील भावनात्मक गोंधळ समजून घेणे

प्रकरण १०: समस्या सोडविण्याच्या कौशल्यांचा विकास

प्रकरण ११: संवादातील अडथळे कसे टाळावे?

प्रकरण १२: किशोरवयीन मुलांसोबत मैत्रीपूर्ण नातं कसं बांधायचं?

प्रकरण १३: किशोरवयीन मुलांसाठी भूमिका मॉडेल कसे बनावे?

प्रकरण १४: किशोरवयीन आरोग्याबद्‌दल संवाद

प्रकरण १५: विविधतेचा आदर शिकविणे

प्रकरण १६: पालकांसाठी ताण व्यवस्थापन

प्रकरण १७: किशोरवयीन मुलांसाठी प्रेरणादायी कथा

प्रकरण १८: परिस्थितीनुसार संवाद कसा करावा?

प्रकरण १९: विशेष गरजा असलेल्या मुलांसोबत संवाद

किशोरवयाची वैशिष्ट्ये

किशोरवय हा जीवनातील महत्त्वाचा आणि संवेदनशील टप्पा आहे, ज्यामध्ये १३ ते १९ वयोगटातील मुले-मुली शारीरिक, मानसिक आणि भावनिक बदलांचा अनुभव घेतात. हा काळ म्हणजे बालपणापासून प्रौढत्वाकडे जाण्याचा प्रवास आहे. या प्रवासात शारीरिक, मानसिक, आणि भावनिक पातळीवर अनेक बदल घडतात. मुलं स्वतःला ओळखण्याचा, स्वातंत्र्य मिळवण्याचा आणि स्वतःचं व्यक्तिमत्त्व घडवण्याचा प्रयत्न करत असतात. या काळात पालकांनी मुलांच्या मानसिकतेचा गाभा समजून घेणे अत्यंत महत्त्वाचे ठरते.

शारीरिक बदल आणि त्याचा परिणाम

किशोरवयात होणाऱ्या शारीरिक बदलांमुळे मुलांच्या वागणुकीत आणि भावनिक स्थितीतही मोठे परिणाम दिसून येतात.

१. हार्मोनल बदल:
या वयात शरीरात हार्मोन्सची निर्मिती मोठ्या प्रमाणावर होते, ज्यामुळे उंची वाढते, वजन बदलते, आवाजाचा पोत बदलतो आणि शरीराची रचना बदलते. यामुळेच मुलं स्वतःच्या शरीराबद्दल अधिक सजग होतात.

परिणाम:

काही मुलांना अस्वस्थता वाटू शकते.

एखादा मुलगा किंवा मुलगी स्वतःच्या उंची, वजन किंवा रंग याबद्दल आत्मविश्वास गमावतो.

मुलं सतत इतरांशी तुलना करतात आणि कधी कधी स्वतःला न्यून समजतात.

उदाहरण:

"मी सगळ्यांपेक्षा वेगळा का दिसतो?"

"माझ्या चेहऱ्यावर पिंपल्स येतात, यावर उपाय काय?"

पालकांनी काय करावे?

मुलांशी त्यांच्या शारीरिक बदलांबद्दल संवेदनशीलतेने आणि सहानुभूतीने संवाद साधावा.

त्यांचे मनोबल वाढवावे आणि त्यांना आत्मविश्वास देणारे शब्द वापरावेत.

उदाहरण: "तुझ्या शरीरात होणारे हे बदल नैसर्गिक आहेत. तू खूप सुंदर/सुंदर दिसतोस."

२. स्वतःची ओळख तयार करण्याचा प्रयत्न:
किशोरवयीन मुलं सतत स्वतःच्या शारीरिक आणि मानसिक गोष्टी इतरांशी तुलना करतात. त्यांना स्वतःचा अभिमान वाटतो किंवा कधी कधी त्यांना न्यूनगंडही होतो.

परिणाम:

मुलं सतत आरशात पाहतात आणि आपल्या लूकबद्दल अधिक सजग होतात.

त्यांना वाटतं की इतर लोक त्यांच्याकडे बारीक लक्ष देत आहेत.

पालकांनी काय करावे?

मुलांच्या बदललेल्या व्यक्तिमत्त्वाचं स्वागत करा.

त्यांची ओळख घडवण्यासाठी त्यांना स्वतःचे निर्णय घेऊ द्या.

उदाहरण: "तू खूप मेहनती आहेस; मला तुझ्यावर गर्व आहे."

मानसिक बदल

किशोरवयात मुलांच्या विचार करण्याच्या पद्धतीत मोठा बदल होतो. त्यांच्या निर्णय क्षमतेत वाढ होते, आणि त्यांना स्वातंत्र्याची जाणीव अधिक होते.

१. विचार करण्याची क्षमता वाढणे:
या वयात मुलं गोष्टींविषयी अधिक विचार करू लागतात. त्यांना पूर्वी ज्याचं महत्त्व कळलं नव्हतं, त्या गोष्टींविषयी आता कुतूहल वाटतं.

उदाहरण:

"माझं भविष्य काय असेल?"

"लोक मला कसं पाहतात?"

पालकांनी काय करावे?

मुलांच्या विचारांना सकारात्मकतेने प्रोत्साहन द्या.

त्यांना मार्गदर्शन करताना त्यांच्या मतांचा आदर करा.

उदाहरण: "तुझं मत खूप चांगलं आहे. आपण यात आणखी काय सुधारणा करू शकतो?"

२. स्वतःच्या निर्णयांवर नियंत्रण ठेवण्याची इच्छा:
मुलांना वाटतं की त्यांना प्रत्येक गोष्टीत स्वातंत्र्य हवं. त्यांना त्यांचे निर्णय स्वतः घ्यायला आवडतं.

परिणाम:

पालकांच्या नियमांना कधी कधी विरोध केला जातो.

मुलं त्यांच्या निर्णयांबाबत अधिक संवेदनशील बनतात.

पालकांनी काय करावे?

मुलांच्या निर्णयांमध्ये त्यांना थोडं स्वातंत्र्य द्या, पण योग्य मार्गदर्शनही द्या.

त्यांच्या मतांना महत्त्व द्या.

उदाहरण: "तुझ्या निर्णयाचा विचार खूप चांगला आहे; पण आपण त्याचे परिणाम समजून घेऊया."

भावनिक बदल

भावनिक स्थैर्य मिळवणं किशोरवयीन मुलांसाठी कठीण असतं. हार्मोन्समुळे त्यांची भावनिक स्थिती सतत बदलत असते.

१. चिडचिडेपणा आणि स्वभावातील चढ-उतार:
या वयात मुलं कधी आनंदी, कधी उदास, तर कधी चिडचिड करणारे होतात.

उदाहरण:

"तुला काहीही कळत नाही."

"मी माझ्या मित्रांसारखा का नाही?"

पालकांनी काय करावे?

त्यांच्या भावनांना समजून घ्या आणि त्यांना व्यक्त होण्यासाठी प्रोत्साहन द्या.

त्यांच्या रागावर शांतपणे उत्तर द्या.

उदाहरण: "तू रागावला आहेस; पण तुझं म्हणणं मला नक्की ऐकायचं आहे.

२. मित्रांचा प्रभाव:
या वयात मित्र हे मुलांसाठी अत्यंत महत्त्वाचे होतात. त्यांना कधी कधी पालकांपेक्षा मित्रांच्या सल्ल्यावर जास्त विश्वास वाटतो.

पालकांनी काय करावे?

मित्रांबद्दल वाईट बोलण्याऐवजी त्यांचं निरीक्षण करा.

मित्रांच्या गटाला समजून घ्या आणि संवाद वाढवा.

उदाहरण: "तुझे मित्र चांगले आहेत; त्यांना आपल्या घरी बोलावायला हरकत नाही."

किशोरवयीन मानसिकता समजून घेण्याचे फायदे

मुलांशी जवळीक वाढते: मुलं पालकांशी मनमोकळं बोलू लागतात.

आत्मविश्वास वाढतो: मुलांना वाटतं की त्यांचे पालक त्यांना समजून घेतात.

स्वतःच्या चुकांमधून शिकण्याची सवय: पालकांच्या मार्गदर्शनाने मुलं आत्मनिर्भर बनतात

किशोरवयीन मुलांची मानसिकता समजून घेण्यासाठी संयम, सहानुभूती, आणि सकारात्मक दृष्टिकोन आवश्यक आहे. या वयात मुलांना प्रेम, आधार, आणि योग्य मार्गदर्शनाची आवश्यकता असते. योग्य संवादाने मुलांच्या आयुष्यात सकारात्मक बदल घडवता येतात आणि त्यांना आत्मविश्वास, प्रगल्भता आणि समृद्ध आयुष्याच्या दिशेने नेलं जाऊ शकतं.

प्रकरण २: संवादाचा मूलमंत्र

किशोरवयीन मुलांशी संवाद साधणं म्हणजे केवळ बोलणं नाही, तर त्यांच्या मनाला आणि भावनांना समजून घेणं आहे. ही प्रक्रिया अनेकदा कठीण वाटते कारण मुलं या वयात अधिक संवेदनशील आणि स्वातंत्र्यप्रेमी होतात. संवादाचा मुख्य उद्देश आहे विश्वासाचं वातावरण तयार करणं, ज्यामुळे मुलं पालकांशी मनमोकळेपणाने बोलतील. खाली या विषयाचा अधिक सविस्तर आढावा दिला आहे.

१. विश्वासू वातावरण तयार करणे

किशोरवयात मुलं त्यांच्या आयुष्यातल्या गोष्टी पालकांसोबत शेअर करताना थोडं कचरतात. याचं मुख्य कारण म्हणजे त्यांना वाटतं की त्यांच्या भावनांना पालक गंभीरतेने घेत नाहीत किंवा त्यावर लगेच टीका केली जाईल. पालकांनी मुलांच्या मनात विश्वास तयार करण्यासाठी पुढील गोष्टी लक्षात घ्यायला हव्यात.

विश्वास कसा निर्माण करावा?

खुलं वातावरण ठेवा:
मुलं काही बोलत असतील, तर त्यांना पूर्ण ऐकून घ्या. त्यांचं बोलणं अर्धवट थांबवू नका.

उदाहरण: जर मुलाने शाळेत एखाद्या गोष्टीबद्दल तक्रार केली, तर त्याला तसं वाटायला का लागलं हे शांतपणे ऐकून घ्या. "मग तुझं मत काय आहे?" असं विचारल्याने तो अधिक मोकळा होतो.

त्यांना चुका स्वीकारण्याचं स्वातंत्र्य द्या:
किशोरवयात मुलांकडून चुका होणं अगदी स्वाभाविक आहे. अशा वेळी, पालकांनी मुलांची चूक लक्षात आणून देण्याऐवजी ती सुधारण्यासाठी त्यांना प्रोत्साहित केलं पाहिजे.

उदाहरण: "तुझा निर्णय चुकला, पण या चुकांमधून आपण शिकू शकतो," असं सांगून त्यांना सकारात्मक दृष्टिकोन द्या.

त्यांची गोपनीयता जपा:
मुलं तुम्हाला काही गोष्टी सांगत असतील, तर त्या इतरांसमोर उघड करू नका.

उदाहरण: जर मुलाने एखाद्या मित्राबद्दल नकारात्मक गोष्ट सांगितली, तर ती इतर नातेवाईकांसमोर उघड करून त्याचा अपमान करू नका.

काय टाळावे?

सतत मुलांच्या निर्णयांवर शंका घेऊ नका.

त्यांच्या भावनांना "फक्त वयाचा परिणाम" म्हणून उडवून लावू नका.

"माझ्या काळात असं नव्हतं" असं म्हणत त्यांची तुलना टाळा.

२. ऐकण्याची कला (Active Listening)

Active Listening म्हणजे काय?

किशोरवयीन मुलं अनेकदा बोलण्याचा प्रयत्न करतात, पण पालक त्यांचं म्हणणं लक्षात घेत नाहीत किंवा मध्येच उपदेश करतात. अशा वेळी मुलं संवाद थांबवतात. Active Listening म्हणजे फक्त ऐकणं नाही, तर समजून घेणं आणि प्रतिसाद देणं आहे.

Active Listening कसे करावे?

पूर्ण लक्ष द्या:
मुलं बोलत असताना त्यांचं पूर्ण लक्षपूर्वक ऐका. मोबाईल, टीव्ही किंवा इतर कामांमध्ये व्यस्त राहून मुलांना ऐकू नका.

उदाहरण: "तुला असं का वाटतंय?" किंवा "हे थोडं जास्त स्पष्ट सांगशील का?" असे प्रश्न विचारून संवाद पुढे वाढवा.

मध्येच थांबवू नका:
मुलांनी जे सांगायचं आहे, ते त्यांना सांगू द्या. त्यांच्या बोलण्यात व्यत्यय आणल्याने संवाद थांबतो.

उदाहरण: जर मुलगा अभ्यासाच्या तक्रारी करत असेल, तर त्याला पूर्ण बोलू द्या आणि मगच तुमचं मत मांडा.

भावनिक प्रतिसाद द्या:
मुलांच्या भावना आणि त्यामागचं कारण समजून घेऊन प्रतिसाद द्या.

उदाहरण: जर मुलगी म्हणते, "माझं मित्रांशी पटत नाही," तर "तुला कदाचित वेगळं वाटत असेल, पण आपण त्यावर उपाय शोधू," असं सांगा.

काय टाळावे?

"तुला काय कळतंय?" अशा नकारात्मक प्रतिक्रिया देऊ नका.

"असं काही होत नाही" असं म्हणत त्यांची समस्या फक्त काल्पनिक म्हणून टाळू नका.

३. मुलांना त्यांच्या भाषेत उत्तर देणे

त्यांच्या पातळीवर जाऊन संवाद साधा:

किशोरवयीन मुलं अनेकदा आपल्या भाषेत आणि पद्धतीत व्यक्त होतात. पालकांनी त्यांचं बोलणं समजून घेऊन त्याच प्रकारे संवाद साधला पाहिजे.

उदाहरण: जर मुलगा म्हणतो, "माझं काहीच चांगलं होत नाही," तर त्याला "तुला कशामुळे असं वाटतंय?" असं विचारून संवाद वाढवा.

सोप्या आणि स्पष्ट शब्दांत बोला:

मुलांना नेहमी सरळ आणि सोप्या भाषेत मार्गदर्शन करा. जड शब्द आणि किचकट विधानं टाळा.

उदाहरण: "तू अभ्यासात सुधार करायला हवा," ऐवजी, "आपण एका वेळी एकच विषयावर लक्ष केंद्रित करूया," असं म्हणा.

त्यांना प्रश्न विचारून संवाद खुला ठेवा:

मुलांच्या आयुष्यात काय चाललं आहे हे समजून घेण्यासाठी त्यांच्या गोष्टींवर आधारित प्रश्न विचारायला हवे.

उदाहरण: "शाळेत तुला कोणता विषय कठीण वाटतो?" किंवा "तुझ्या मित्रांसोबत वेळ घालवायला आवडतं का?"

त्यांच्या निर्णयांवर आदर ठेवा:

किशोरवयीन मुलं त्यांच्या निर्णयांवर जोर देतात. पालकांनी त्यांना स्वातंत्र्य देऊन योग्य मार्गदर्शन करायला हवं.

उदाहरण: "तुझा हा निर्णय चांगला आहे, पण तुला त्याचे परिणाम माहित आहेत का?"

४. संवाद सुधारण्यासाठी काही प्रभावी सवयी

सकारात्मक दृष्टिकोन ठेवा:

तुमच्या शब्दांमधून प्रेम आणि काळजी व्यक्त होईल असं पाहा.

उदाहरण: "मी तुझ्यावर रागावलो नाही, पण तुझं भलं कसं होईल याचा विचार करतोय."

संवादासाठी योग्य वेळ निवडा:

मुलं व्यस्त किंवा चिडचिडलेल्या अवस्थेत असतील, तर संवाद साधण्याची वेळ निवडणं महत्त्वाचं आहे.

उदाहरण: रात्रीच्या जेवणानंतर किंवा एकत्र बसल्यावर संवाद साधा.

त्यांच्या आवडीचा आदर करा:

मुलांच्या आवडींवर प्रश्न विचारून त्यांचं महत्त्व वाढवा.

उदाहरण: "तू खेळत असलेला गेम मला शिकवशील का?"

संवाद हा किशोरवयीन मुलांसाठी त्यांच्या भावनिक आणि मानसिक विकासाचा आधार आहे. संवादातून केवळ समस्या सोडवणं होत नाही, तर नात्याचा पाया घट्ट होतो. मुलांना ऐकून घेऊन, त्यांना समजून घेऊन, आणि योग्य मार्गदर्शन करून, पालक त्यांच्या मुलांसाठी मित्र बनू शकतात. संवादाची कला सुधारली, तर पालक आणि मुलांमधील नातं अधिक सखोल आणि विश्वासपूर्ण बनतं.

प्रकरण ३: आक्रमकतेऐवजी सकारात्मक संवाद

किशोरवयीन मुलं अनेकदा भावनांनी भरलेली असतात. त्यांचं वागणं कधी कठोर, आक्रमक किंवा भावनिक होऊ शकतं. पालकांनी या वागण्याला प्रत्युत्तर देताना राग किंवा आक्रमकता न दाखवता सकारात्मक संवाद साधणे महत्त्वाचे आहे. राग, वाद किंवा चुकीच्या वागण्याचं निराकरण शांततेने केल्यास नातं अधिक दृढ होतं.

१. मुलांना दोष देण्याऐवजी प्रोत्साहन द्या

दोष देण्याचे परिणाम:
मुलांना सतत दोष देल्यास त्यांचं आत्मविश्वास कमी होतो, आणि ते स्वतःला दोषी मानायला लागतात. त्यामुळे ते पालकांपासून दुरावतात.
उदा. "तू नेहमी गोष्टी चुकवतोस" असं म्हणण्याऐवजी त्यांना चूक सुधारण्याची संधी द्या.

प्रोत्साहन देण्याचे महत्त्व:
प्रत्येक चुका सुधारण्याच्या प्रक्रियेत पालकांचं प्रोत्साहन मुलांना मोठा आधार देऊ शकतं.

कसं प्रोत्साहन द्यावं?

1. चूक झाल्यावर रागावण्याऐवजी त्यांचं योग्य वागणुकीसाठी कौतुक करा.
उदा. "तू तुझ्या कामात चांगलं लक्ष केंद्रित करतोस, पण थोडं नियोजन केलं तर अजून चांगलं होईल."

2. त्यांच्या प्रयत्नांना ओळखा.
उदा. "तुला जमेल असं मला वाटतं, कारण तू खूप मेहनत घेतोयस."

दोष देणं कसं टाळावं?

गोष्टींचा परिणाम सांगताना कठोर भाषा वापरणं टाळा.
उदा. "तू हे का केलं?" ऐवजी, "हे असं का झालं असावं असं तुला वाटतं?" असं विचारलं तर त्यांना चूक सुधारण्यासाठी प्रेरणा मिळते.

२. राग आल्यावर संवाद कसा करावा?

राग हा नॉर्मल प्रतिक्रिया आहे:
राग येणं स्वाभाविक आहे, पण किशोरवयीन मुलांशी संवाद साधताना राग कसा व्यक्त करायचा हे शिकणं गरजेचं आहे. राग व्यक्त करण्याचा चुकीचा मार्ग मुलांवर नकारात्मक परिणाम करू शकतो.

राग नियंत्रणाच्या टिप्स:

1. ताबडतोब प्रतिक्रिया देणं टाळा:

जर राग खूप वाढला असेल, तर काही वेळ शांत रहा.
उदा. "आता आपल्याला या विषयावर चर्चा करणं उपयोगाचं होणार नाही. आपण थोड्या वेळाने बोलू."

2. शांतपणे संवाद सुरू करा.

मुलांवर राग व्यक्त करण्याऐवजी शांत स्वरात बोलायला सुरुवात करा.
उदा. "तुझं वागणं मला ठीक वाटलं नाही, पण मला जाणून घ्यायचंय, तुझ्या डोक्यात काय चाललं होतं."

3. त्यांच्या दृष्टिकोनातून विचार करा:
मुलं कधी का रागावली किंवा चुकली ते समजून घेण्याचा प्रयत्न करा.
उदा. "तू इतका त्रासलेला का आहेस?"

राग आल्यावर टाळायच्या गोष्टी:

कधीही ओरडू नका किंवा अपमान करू नका.
"तुझ्यासारखी मुलं कधीच सुधारत नाहीत" अशा नकारात्मक विधानांना पूर्णतः टाळा.

३. वादाचे रुपांतर चर्चेत कसे करायचे?

वाद का होतो?

किशोरवयीन मुलं त्यांच्या मतांवर ठाम असतात. त्यांना विरोध झाला की ते लगेच आक्रमक होतात. वाद होण्याचं प्रमुख कारण म्हणजे पालक आणि मुलांच्या विचारांमध्ये असलेला फरक.

वाद चर्चेत कसा बदलावा?

1. त्यांना बोलू द्या:
वाद सुरु झाल्यावर मुलांना स्वतःचं मत व्यक्त करू द्या.
उदा. "तुला काय म्हणायचंय ते मला सांग."

2. तुमचं मत मांडताना शांतता ठेवा:
मुलांच्या मताचा आदर करत असताना तुमचं म्हणणं स्पष्ट करा.
उदा. "मला तुझं म्हणणं समजतंय, पण मला वाटतं की आपण यावर अजून विचार करूया."

3. पर्याय सुचवा:
एका निर्णयावर ठाम राहण्याऐवजी पर्याय दिल्यास वाद चर्चेत बदलतो.
उदा. "तुला मित्रांबरोबर जायचंय, पण अभ्यासही महत्त्वाचा आहे. आपण वेळ ठरवून दोन्ही करू शकतो का?"

4. वाद थांबवायचा कधी?
जर वाद बिनकामाचा होत असेल, तर तो थांबवून थोड्या वेळाने त्यावर चर्चा करा.
उदा. "आता आपण शांत होऊ, आणि यावर नंतर बोलू."

चर्चेत सकारात्मक दृष्टिकोन:
वाद समजुतीने सोडवल्यास मुलं पालकांवर विश्वास ठेवतात.
वाद करताना दोन्ही बाजूंचं मत ऐकणं महत्त्वाचं आहे.
मुलांशी आक्रमकतेने वागण्याऐवजी, त्यांना शांतपणे समजून घेऊन संवाद साधणे अधिक फायदेशीर ठरते. मुलांना दोष देणं, रागाने प्रतिक्रिया देणं किंवा वाद करत राहणं याऐवजी प्रोत्साहन, संयम आणि चर्चेचा मार्ग स्वीकारल्यास नातं अधिक मजबूत होईल. पालकांनी स्वतःचा राग आणि वागणूक नियंत्रित ठेवली, तर मुलंही योग्य वर्तन शिकतात.

संवादाचा उद्देश वाद टाळून, परस्पर विश्वास आणि समज वाढवणे असावा. त्यामुळे संयम, सहानुभूती आणि प्रोत्साहन यांचा वापर केल्यास मुलांची भावनिक जडणघडण अधिक सुदृढ होईल.
प्रकरण ४: किशोरवयीन मुलांचे आत्मविश्वास वाढविणे

किशोरवय हा मुलांच्या शारीरिक, मानसिक आणि भावनिक विकासाचा महत्त्वाचा टप्पा असतो. या वयात त्यांचा आत्मविश्वास निर्माण होणे आणि मजबूत होणे आवश्यक असते. पालकांच्या योग्य मार्गदर्शनाने मुलांना स्वावलंबी, आत्मविश्वासपूर्ण आणि सकारात्मक बनवता येते.

१. त्यांना निर्णय घेऊ द्या

स्वतंत्र निर्णय घेण्याचे महत्त्व:
किशोरवयीन मुलांना निर्णय घेण्याची सवय लावल्याने त्यांचा आत्मविश्वास वाढतो.
स्वतःचे निर्णय घेण्याचा अनुभव त्यांना जबाबदारीची जाणीव करून देतो.
उदा. शाळेतील विषय निवडणे, छंद ठरवणे, किंवा मित्र निवडणे यांसारख्या निर्णयांमध्ये त्यांना स्वातंत्र्य द्या.

पालकांनी कसं करावं?

1. छोट्या निर्णयांपासून सुरुवात करा:
उदा. "तुला अभ्यासासाठी कुठल्या वेळेला बसायचंय ते तू ठरव."

2. मार्गदर्शन करा पण नियंत्रण ठेऊ नका:
उदा. "हे पर्याय आहेत, तुला काय योग्य वाटतं ते निवड."

3. त्यांच्या निर्णयांवर विश्वास ठेवा:
त्यांच्या निर्णयावर ताबडतोब टीका करू नका. जर त्यांचा निर्णय चुकीचा असेल, तर त्याचा परिणाम समजून द्या.

त्यांना चुकीतून शिकू द्या:
मुलांनी चूक केल्यावर त्यांना त्याचा अनुभव येऊ द्या.
उदा. "तुझ्या निर्णयामुळे काही त्रास झाला असेल, पण यावर पुढच्या वेळी काय वेगळं करता येईल याचा विचार करूया."

२. चुका स्वीकारण्यास शिकवा

चुका हा विकासाचा भाग आहे:
किशोरवयातील मुलं चुकल्यावर लाजतात किंवा घाबरतात.
जर पालक त्यांना त्यांच्या चुकांवरून रागावले, तर ते चुकांपासून शिकण्याऐवजी त्यांना लपवू लागतात.

पालकांनी कसं करावं?

1. चुका स्वीकारणं हे शिकवा:
मुलांना सांगा की चूक करणे स्वाभाविक आहे आणि त्यातून शिकणे महत्त्वाचे आहे.
उदा. "तू ही चूक केली आहेस, पण ती सुधारायला आपण काय करू शकतो ते बघूया."

2. चुकीची कारणं समजून घ्या:
मुलांनी चूक का केली याचा विचार करा. त्यांना जज न करता त्यांची बाजू ऐका.
उदा. "तुला वाटलं की हे योग्य आहे, पण तुला काय त्रास झाला ते सांग."
3. चूक सुधारण्यासाठी उपाय सुचवा:
उदा. "आता तू अभ्यासात मागे पडला आहेस, पण रोज अर्धा तास जास्त अभ्यास केलास तर तू भरून काढू शकतोस."

4. त्यांचं कौतुक करा:
चूक सुधारण्यासाठी त्यांनी घेतलेल्या प्रयत्नांचं कौतुक करा.
उदा. "तू खूप मेहनत घेतलीस आणि यावेळी खूप सुधारणा दिसत आहेत."

३. त्यांचे ध्येय ठरविण्यास मदत करा

ध्येय का आवश्यक आहे?
किशोरवयातील मुलांना ध्येय असल्यास ते अधिक प्रोत्साहित आणि स्थिर राहतात.
ध्येय ठरवल्यामुळे त्यांना दिशा मिळते आणि आत्मविश्वास निर्माण होतो.

पालकांनी कसं मार्गदर्शन करावं?

1. लहान ध्येयांपासून सुरुवात करा:
मोठी उद्दिष्टं गाठण्याआधी मुलांना लहान उद्दिष्टं ठरवायला सांगा.
उदा. "या आठवड्यात एक पुस्तक वाचून पूर्ण कर."

2. मुलांच्या आवडी ओळखा:
त्यांच्या आवडीनुसार ध्येय ठरवायला मदत करा.
उदा. जर मुलाला संगीताची आवड असेल, तर त्याला एखाद्या वाद्याचा सराव करण्यासाठी प्रोत्साहित करा.

3. प्रगती मोजा आणि प्रोत्साहन द्या:
त्यांच्या प्रगतीकडे लक्ष ठेवा आणि वेळोवेळी त्यांचं कौतुक करा.
उदा. "तुझ्या सातत्यामुळे तू खूप चांगलं काम केलं आहेस."

4. ध्येय साध्य करण्यासाठी योजना आखा:
ध्येय कसं गाठायचं यासाठी त्यांना सोप्या योजना आखायला सांगा.
उदा. "तुला ९०% गुण मिळवायचे आहेत, तर आपण रोजच्या अभ्यासाचा वेळ ठरवूया."

काय टाळावे?

त्यांच्यावर दबाव आणू नका.
त्यांना त्यांचे ध्येय ठरवण्यापासून रोखू नका.

त्यांच्या स्वप्नांची खिल्ली उडवू नका.

किशोरवयातील मुलांचे आत्मविश्वास वाढवणे हे पालकांच्या सकारात्मक दृष्टिकोनावर अवलंबून असते. त्यांना निर्णय घेण्याची संधी दिल्यास, त्यांचं स्वतःवर विश्वास वाढतो. त्याचप्रमाणे, त्यांच्या चुकांना समजून घेत त्यांना सुधारण्याची संधी दिल्यास, ते पुढील आयुष्यात मजबूत व्यक्तिमत्त्व निर्माण करू शकतात. पालकांनी मुलांना त्यांचे ध्येय ठरवण्यात मदत केली तर ते अधिक केंद्रित, प्रोत्साहित आणि आनंदी होतात.
आत्मविश्वास वाढवण्यासाठी संवाद, प्रोत्साहन, आणि मार्गदर्शनाचा समतोल राखणं महत्त्वाचं आहे. मुलांना शिकवताना संयम आणि सहानुभूती हेच पालकांचं सर्वात मोठं शस्त्र आहे.
प्रकरण ५: आधुनिक तंत्रज्ञान आणि सोशल मीडियाचा प्रभाव

आधुनिक तंत्रज्ञान आणि सोशल मीडिया हे किशोरवयीन मुलांच्या जीवनाचा महत्त्वाचा भाग बनले आहेत. शिक्षण, संवाद, मनोरंजन, आणि माहिती मिळवण्यासाठी तंत्रज्ञान उपयुक्त आहे. पण त्याचा अतिरेकी वापर किंवा चुकीचा प्रभाव मुलांच्या मानसिकतेवर नकारात्मक परिणाम करू शकतो. या प्रकरणात, पालकांनी या गोष्टींचा प्रभाव समजून घेत मुलांना योग्य मार्गदर्शन कसं करावं याचा विचार केला आहे.

१. आधुनिक तंत्रज्ञानाचा प्रभाव

सकारात्मक परिणाम:

1. शिक्षणासाठी उपयुक्त:
ऑनलाईन अभ्यासक्रम, शैक्षणिक अॅप्स, आणि डिजिटल साधनं मुलांच्या शिक्षणासाठी फायदेशीर आहेत.
उदा. Google, YouTube, आणि Khan Academyसारख्या प्लॅटफॉर्म्समुळे मुलांना नवनवीन गोष्टी शिकता येतात.

2. सर्जनशीलता वाढते:
तंत्रज्ञानामुळे मुलं फोटोग्राफी, संगीत, लेखन किंवा व्हिडिओ एडिटिंगसारख्या कला शिकू शकतात.

3. जागतिक दृष्टीकोन:
इंटरनेटमुळे जगभरातील घटना समजणं आणि वेगवेगळ्या संस्कृतींबद्दल शिकण्याची संधी मिळते.

नकारात्मक परिणाम:

1. वेळेचा अपव्यय:
गेम्स, सोशल मीडिया, आणि मनोरंजनामुळे मुलांचा वेळ वाया जातो.
उदा. सतत Instagram किंवा WhatsAppवर राहिल्याने अभ्यासाकडे दुर्लक्ष होऊ शकतं.

2. शारीरिक आणि मानसिक आरोग्य:
सतत स्क्रीनकडे पाहिल्याने डोळ्यांना त्रास होतो, झोप कमी होते, आणि मेंदूवर परिणाम होतो.
सोशल मीडियावरील पोस्ट्समुळे आत्मसमानावर नकारात्मक परिणाम होऊ शकतो.

3. सामाजिक वर्तनातील बदल:
मुलं प्रत्यक्ष संवादापेक्षा व्हर्च्युअल संवादावर अधिक अवलंबून राहतात. यामुळे सामाजिक कौशल्यांमध्ये कमतरता येते.

4. सुरक्षेचे धोके:
सायबर बुलिंग, फसवणूक, आणि अयोग्य माहितीच्या संपर्कात येण्याचा धोका असतो.

२. सोशल मीडियाचा प्रभाव

सकारात्मक प्रभाव:

1. संवाद सुलभ करतो:
मित्र आणि नातेवाईकांशी संपर्क ठेवण्याचा एक सोपा मार्ग आहे.

2. व्यक्त होण्यासाठी व्यासपीठ:
मुलं आपलं मत मांडू शकतात, आवडीनिवडी शेअर करू शकतात, आणि त्यांच्या कलेला प्रोत्साहन मिळू शकतं.

3. माहितीचा साठा:
वर्तमान घडामोडी, तंत्रज्ञान, आणि शिक्षणविषयक अनेक उपयुक्त माहिती मुलांना मिळते.

नकारात्मक प्रभाव:

1. तुलनेची भावना:
सोशल मीडियावर दाखवलेल्या आदर्श जीवनशैलीमुळे मुलांना स्वतःची तुलना करावी लागते, ज्यामुळे ते कमीपणाची भावना अनुभवू शकतात.

2. व्यसन:
सतत सोशल मीडियावर राहण्याची सवय आत्मविश्वास आणि उत्पादकतेवर नकारात्मक परिणाम करते.

3. खोटी माहिती:
चुकीची माहिती पसरवण्याचं माध्यम होऊ शकतं, ज्यामुळे मुलं चुकीच्या गोष्टींना बळी पडू शकतात.

३. पालकांनी घ्यायची भूमिका

तंत्रज्ञानाचा योग्य वापर कसा शिकवावा?

1. मर्यादा ठेवा:
मुलांच्या स्क्रीन वेळेवर मर्यादा घाला.
उदा. "दररोज फक्त दोन तास स्क्रीन वेळ असावा."

2. उपयुक्त साधनं शोधून द्या:
शैक्षणिक अॅप्स, ऑनलाईन अभ्यासक्रम, आणि सर्जनशील गोष्टींसाठी साधनं शोधा.
उदा. "Coding साठी Code.org वापरून बघ."

सोशल मीडियावर नियंत्रण कसं ठेवावं?

1. प्रत्येक गोष्ट शेअर करण्याची सवय टाळा:
मुलांना सांगा की सोशल मीडियावर फक्त आवश्यक गोष्टी शेअर कराव्यात.
उदा. "तुझ्या वैयक्तिक गोष्टी कुणाशीही शेअर करू नकोस."

2. खोट्या माहितीची जाणीव करून द्या:
मुलांना सोशल मीडियावर दिसणाऱ्या गोष्टी प्रत्येकवेळी खरी नसतात हे समजावून सांगा.
उदा. "तू वाचलेली माहिती खरी आहे का हे तपासणं महत्त्वाचं आहे."

3. निगेटिव्हिटीपासून दूर राहायला शिकवा:
सायबर बुलिंग किंवा नकारात्मक गोष्टींवर कसं प्रतिक्रिया द्यायचं नाही हे शिकवा.
मुलांसाठी आदर्श बना:
पालकांनीही तंत्रज्ञानाचा अतिरेकी वापर टाळावा आणि मुलांसाठी आदर्श घालून द्यावा.
उदा. "मी सुद्धा दररोज स्क्रीनचा वेळ ठरवतो."

४. सकारात्मक सवयी लावण्यासाठी पर्याय सुचवा

तंत्रज्ञानाऐवजी इतर गोष्टींकडे लक्ष वळवा:

1. शारीरिक क्रियाकलाप:
खेळ, व्यायाम, आणि आउटडोअर ॲक्टिव्हिटीज यांना प्रोत्साहन द्या.
उदा. "दररोज सायकल चालवूया किंवा एकत्र चालायला जाऊया."

2. छंद विकसित करा:
संगीत, वाचन, लेखन, किंवा हस्तकला यांसारख्या छंदांना प्रोत्साहन द्या.
उदा. "तुला स्केचिंग आवडतं, तर यासाठी क्लास लावूया."

3. कुटुंबासोबत वेळ घालवा:
तंत्रज्ञानापासून दूर राहून, कुटुंबासोबत एकत्र वेळ घालवण्याचं महत्त्व शिकवा.
उदा. "आता रविवारला आपण मोबाईल बाजूला ठेवून एकत्र खेळू."

आधुनिक तंत्रज्ञान आणि सोशल मीडियाचा प्रभाव टाळता येत नाही, पण त्याचा योग्य वापर शिकवणं पालकांचं कर्तव्य आहे. सकारात्मक दृष्टिकोन ठेवून, मुलांना वेळेचं व्यवस्थापन, सुरक्षितता, आणि सामाजिक जबाबदारी शिकवल्यास तंत्रज्ञान त्यांच्यासाठी वरदान ठरू शकतं. पालकांनी संयमाने, संवादाने, आणि मार्गदर्शनाने या प्रवासात मुलांचा हात धरावा.

तंत्रज्ञानाचं महत्त्व समजून त्याचा योग्य वापर कसा करायचा हे शिकवल्यास मुलं आत्मविश्वासाने आणि जबाबदारीने त्याचा उपयोग करतील.

प्रकरण ६: कौटुंबिक जीवन आणि संवाद

कौटुंबिक जीवन हे किशोरवयीन मुलांच्या विकासासाठी अत्यंत महत्त्वाचे आहे. कुटुंब हे फक्त एकत्र राहण्याचे ठिकाण नसून परस्पर प्रेम, आधार, आणि विश्वासाचे केंद्र असते. किशोरवयीन मुलांसाठी कुटुंबातील संवाद त्यांच्या मानसिक आणि भावनिक विकासासाठी आधारभूत असतो. या प्रकरणात, एकत्र कुटुंबासाठी लागणारे नियम, एकत्र वेळ घालवण्याचे महत्त्व, आणि संवादासाठी सर्जनशील पद्धतींचा उलगडा केला आहे.

१. एकत्र कुटुंबासाठी लागणारे नियम

कुटुंबात नियम का आवश्यक आहेत?
कुटुंबातील प्रत्येक सदस्याला आपले हक्क आणि जबाबदाऱ्या स्पष्ट होतात.
नियमांमुळे शिस्त येते, आणि परस्परांमध्ये आदर वाढतो.
किशोरवयीन मुलांना जबाबदारीची जाणीव होते आणि कुटुंबाशी त्यांचं नातं अधिक घट्ट होतं.

कुटुंबासाठी नियम घालताना काय लक्षात ठेवावे?

1. सर्वांसाठी समानता:

नियम हे सर्व सदस्यांसाठी सारखे असावेत.
उदा. "सर्वांनी रात्रीच्या जेवणासाठी एकत्र यायचं आहे."

2. लवचिकता ठेवा:
मुलांच्या वयाचा आणि गरजांचा विचार करून नियम ठरवा.
उदा. "अभ्यासाचा ताण असेल, तर घरकामात थोडी सूट दिली जाईल."

3. प्रत्येकाचा सहभाग:
नियम ठरवताना मुलांना सहभाग देणं महत्त्वाचं आहे.
उदा. "तुम्हाला काय नियम योग्य वाटतात ते सांगा."

एकत्र कुटुंबासाठी काही महत्त्वाचे नियम:

1. प्रत्येकाने घरकामात मदत करावी:
प्रत्येक सदस्याने किमान एक काम जबाबदारीने पार पाडावं.

2. एकत्र जेवण:
दिवसातून एक वेळ तरी कुटुंबाने एकत्र जेवण करण्याचा प्रयत्न करावा.

3. मोबाईल-मुक्त वेळ:
कुटुंबासोबत वेळ घालवताना मोबाईल, टीव्ही, किंवा अन्य तंत्रज्ञान टाळावं.

4. संवादासाठी वेळ ठरवा:
आठवड्यातून एकदा तरी कुटुंबीयांनी एकत्र बसून चर्चा किंवा खेळ खेळावा.

२. वेळ एकत्र घालवण्याचे महत्त्व

एकत्र वेळ घालवण्याचे फायदे:

1. नाते दृढ होते:
कुटुंबीयांमध्ये प्रेम, विश्वास, आणि समजूत वाढते.

2. मुलांना मानसिक आधार मिळतो:
किशोरवयातील मुलं जर कुटुंबासोबत वेळ घालवत असतील, तर त्यांना सुरक्षित वाटतं.

3. चांगले संस्कार होतात:
कुटुंबीयांसोबत वेळ घालवताना मुलांना चांगल्या सवयी, मूल्यं, आणि शिस्त शिकता येते.

4. तणाव कमी होतो:

रोजच्या दगदगीतून सुटका मिळवण्यासाठी एकत्र वेळ घालवणं हा उत्तम उपाय ठरतो.

कुटुंबाने वेळ एकत्र कसा घालवावा?

1. संध्याकाळी किंवा सुट्ट्यांमध्ये एकत्र खेळ:
कॅरम, लूडो, किंवा क्रिकेटसारखे खेळ एकत्र खेळा.

2. सहली किंवा पिकनिक:
दर महिन्याला किंवा आठवड्याला एकत्र फिरायला जाण्याचा प्लॅन करा.

3. कुटुंबीयांच्या गप्पा:
दिवसभरातील अनुभव शेअर करण्यासाठी वेळ ठरवा.

4. एकत्र स्वयंपाक:
मुलांना स्वयंपाकात सहभागी करून घ्या.

३. संवादासाठी सर्जनशील पद्धती

संवाद का महत्त्वाचा आहे?
किशोरवयातील मुलांना त्यांच्या भावना व्यक्त करण्यासाठी सुरक्षित जागा मिळते.
कुटुंबातील संवाद तणाव कमी करतो आणि परस्पर समज वाढवतो.

सर्जनशील पद्धतींचा उपयोग कसा होऊ शकतो?

1. खुल्या प्रश्नांचा वापर:
मुलांना बोलायला उद्युक्त करण्यासाठी खुल्या प्रश्नांचा उपयोग करा.
उदा. "आज शाळेत तुझ्या दिवसातलं सगळ्यात चांगलं काय घडलं?"

2. आधुनिक साधनांचा उपयोग:
किशोरवयीन मुलं तंत्रज्ञानाशी जोडलेली असल्यामुळे, संवादासाठी याचं योग्य वापर करा.
उदा. "आम्ही एकत्र व्हिडिओ बनवून मजा करूया."

3. संवेदनशीलता दाखवा:
मुलांनी जर काही नकारात्मक अनुभव सांगितला, तर त्यांना चुकवल्याप्रमाणे वागवू नका.
उदा. "तुला असं वाटणं स्वाभाविक आहे, आता आपण यातून काय शिकू शकतो ते बघूया."

4. खेळाच्या माध्यमातून संवाद:
मुलांसोबत खेळ खेळताना त्यांच्याशी सहज संवाद साधता येतो.
उदा. "तुझ्या आवडत्या खेळाबद्दल मला सांगशील का?"

5. कौतुकाची सवय लावा:
प्रत्येक चांगल्या कृतीचं कौतुक केल्याने मुलांचा आत्मविश्वास वाढतो.
उदा. "तू हे काम खूप चांगलं केलं आहेस, मला तुझा अभिमान वाटतो."

कौटुंबिक जीवनाचा पाया हा परस्पर संवादावर आधारित असतो. एकत्र कुटुंबासाठी नियम, वेळेचं योग्य व्यवस्थापन, आणि संवादासाठी सर्जनशील पद्धती वापरल्याने किशोरवयीन मुलांना कुटुंबाचा आधार आणि प्रेम जाणवतं. कुटुंबातील प्रत्येक सदस्याने परस्पर सहकार्य, विश्वास, आणि आदर राखल्यास कौटुंबिक जीवन अधिक समृद्ध होतं.

कुटुंबातील संवाद हा केवळ बोलण्यापुरता मर्यादित नसून तो परस्पर समज, आदर, आणि प्रेमाचा आधारस्तंभ आहे.

प्रकरण ७: विशेष प्रसंगी संवाद कसा करावा

किशोरवयीन मुलांच्या जीवनात काही विशेष प्रसंग आणि महत्त्वाच्या निर्णयांचा सामना करावा लागतो. हे प्रसंग त्यांचं भावनिक आणि मानसिक विकास घडवतात. अशा परिस्थितींमध्ये पालकांना योग्य मार्गदर्शन देणं, संवाद साधणं आणि समजून उमजून त्यांच्या समस्यांवर चर्चा करणं महत्त्वाचं असतं. या प्रकरणात, शाळेतील अडचणी, करिअर निवडी, आणि किशोरवयीन प्रेमाबद्दल पालकांना कसा संवाद साधावा हे जाणून घेणार आहोत.

१. शाळेतील अडचणींवर चर्चा

शाळेतील अडचणी समजून घेणे:
किशोरवयीन मुलांना शाळेतील विविध अडचणींचा सामना करावा लागतो, जसे की अभ्यासातील अडचणी, शिक्षकांसोबतचे ताण, मित्रांशी वाद, किंवा कधी कधी शाळेतील इतर गोष्टींमुळे होणारी तणावाची स्थिती. पालकांना या अडचणींवर संवेदनशीलपणे संवाद साधून चर्चा करावी लागते.

संवाद साधताना कसा दृष्टिकोन ठेवा?

1. खुल्या मनाने ऐका:
मुलांना त्यांच्या शाळेतील अनुभवावर मुक्तपणे बोलायला प्रोत्साहित करा.
उदा. "तुला शाळेत काय झालं? तुझ्या मनात काही विचार आहेत का?"

2. समस्या न समजून नाकारणे:
मुलांच्या समस्या समजून घेतल्यास ते अधिक विश्वासाने बोलू शकतात.
उदा. "तुझ्या शिकवणीच्या तासात काही गडबड झाली का?"

3. प्रतिक्रिया देताना सहानुभूती दाखवा:

त्यांच्या भावना समजून, तणाव न निर्माण करण्याचा प्रयत्न करा.
उदा. "असा अनुभव घ्यावा लागला हे खूप वाईट आहे, पण आपण त्यावर काय करता येईल ते पाहू."

4. प्रत्येक निर्णयाचा परिणाम समजावून सांगा:
मुलांना आपल्या अडचणी सोडवण्यासाठी निवडक पर्याय समजावून सांगा.
उदा. "जर तुला काही गोष्टी अजूनही क्लियर न झाल्या असतील, तर शिक्षकांकडून मदतीचा विचार कर."

२. करिअर निवडीवर मार्गदर्शन

करिअर निवडण्यासाठी मुलांचा दृष्टिकोन:
किशोरवयीन मुलांना करिअर निवडीच्या वयात विविध पर्याय आणि त्यांच्या आवडीनुसार निर्णय घेणं महत्त्वाचं आहे. पालकांना त्यांना योग्य मार्गदर्शन देऊन त्यांच्या निर्णय प्रक्रियेत सहभागी व्हावं लागते.

संवाद साधताना कसा दृष्टिकोन ठेवा?

1. मुलांच्या आवडी ओळखा:
मुलांच्या आवडी, क्षमता आणि स्वप्नांना समजून त्यांना योग्य मार्गदर्शन करा.
उदा. "तुला गणित आवडतं का? किंवा तुझं लक्ष संगीत किंवा कला क्षेत्रात आहे?"
2. पर्याय स्पष्ट करा:
मुलांना करिअरच्या विविध पर्यायांची माहिती देणं, त्यांच्यासाठी कशा प्रकारे मार्गदर्शन मिळवता येईल याबद्दल चर्चा करा.
उदा. "तुला डॉक्टर, अभियंता किंवा कला क्षेत्रात काय करावं हे जाणून घेणं महत्त्वाचं आहे."

3. स्वतंत्र निर्णय घेण्यासाठी मदत करा:
मुलांना स्वतः निर्णय घेण्यासाठी प्रेरित करा, परंतु त्या निर्णयाच्या परिणामांची जाणीव करून द्या.
उदा. "तुला जो काही निर्णय घ्यायचा आहे, त्याबद्दल लक्षपूर्वक विचार कर."

4. तज्ज्ञांची मदत घ्या:
करिअर काउंसेलिंग सत्र किंवा तज्ज्ञ मार्गदर्शनाची शिफारस करा.
उदा. "आम्ही करिअर काउंसेलिंग साठी कोणी तज्ज्ञ सल्लागार भेटू शकतो."

३. किशोरवयीन प्रेमाची चर्चा

प्रेमाबद्दल किशोरवयीन मुलांना मार्गदर्शन करणं:

किशोरवयात प्रेम हे एक अत्यंत संवेदनशील आणि जटिल विषय असतो. मुलांच्या भावना तीव्र असतात, आणि त्यांना या विषयावर संवाद साधताना अतिशय काळजीपूर्वक आणि सहानुभूतीने वागावं लागते. प्रेमाच्या किलकिल भावना मुलांना समजावून सांगणं, त्यांचा आदर करणे, आणि योग्य मार्गदर्शन देणं अत्यंत महत्त्वाचं असतं.

संवाद साधताना कसा दृष्टिकोन ठेवा?

1. विश्वासार्ह संवाद सुरू करा:
मुलांना त्यांच्या प्रेमासंबंधीचे विचार व्यक्त करण्यासाठी खुलं वातावरण तयार करा.
उदा. "तुला कोणाबद्दल काही विचार असतील, तर मी तुझ्याशी ते सहजपणे बोलू शकतो."

2. भावनांची तोंड देणे आणि विचारांची स्पष्टता:
किशोरवयीन प्रेमात केवळ आकर्षण न दिसता, त्यांच्या भावना आणि त्याच्यावर होणाऱ्या परिणामांना समजावून द्या.
उदा. "प्रेम एक वेगळी भावना असू शकते, आणि तिचं काय परिणाम होऊ शकतो, त्यावर विचार करा."

3. प्रेमाच्या मर्यादा स्पष्ट करा:
मुलांना प्रेम आणि नातेसंबंधात आदर, समज, आणि मर्यादांची महत्त्वता शिकवणे आवश्यक आहे.
उदा. "तुमच्या नात्यात जर दोघेही आदर ठेवला तर तुमचं नातं खूप चांगलं होईल."

4. प्रेमाच्या परिणामांची चर्चा करा:
किशोरवयीन प्रेमाच्या संबंधांना कधी कधी हृदयद्रावक परिणाम होऊ शकतात, हे मुलांना समजावून सांगा.
उदा. "तुम्ही दोघेही प्रेम करत असाल, तर त्याचे मानसिक आणि शारीरिक परिणाम काय असू शकतात हे विचार करा."

प्रेमाच्या मुद्द्यांवर पालकांची भूमिका:
मुलांना प्रेमाचे वास्तव आणि त्याच्या परिणामांची माहिती देणं.
मुलांची भावनात्मक स्थिती समजून, त्यांना सुरक्षित वातावरणात राहण्याचा आधार देणं.
मुलांना त्यांच्या भावना व्यक्त करण्यासाठी विश्वास निर्माण करणं.
विशेष प्रसंगी संवाद साधताना, किशोरवयीन मुलांना त्यांच्या अडचणी, करिअर, आणि प्रेम यावर मार्गदर्शन करणं खूप महत्त्वाचं आहे. योग्य संवाद, विश्वास, आणि सहानुभूतीद्वारे पालक मुलांना त्यांच्या समस्यांवर सल्ला देऊ शकतात, ज्यामुळे मुलांचा आत्मविश्वास आणि योग्य निर्णय घेण्याची क्षमता वाढते.

प्रकरण ८: तुमची संवादकला सुधारण्यासाठी टिप्स

किशोरवयीन मुलांसोबत संवाद साधताना, योग्य संवादकला महत्त्वाची ठरते. संवाद केवळ शब्दांनी होतो असं नाही, तर त्यात भावना, आवाजाचा टोन, शरीराची भाषा आणि श्रोत्याची प्रतिक्रिया यांचा समावेश असतो. योग्य संवाद साधल्यास मुलांचा आत्मविश्वास वाढू शकतो आणि ते अधिक मोकळेपणाने आपले

विचार आणि भावना व्यक्त करू शकतात. या प्रकरणात तुमची संवादकला सुधारण्यासाठी काही महत्त्वाच्या टिप्स दिल्या आहेत.

१. तुमची भाषा कशी असावी?

स्पष्ट आणि साधी भाषा वापरा:
किशोरवयीन मुलांना संवाद करताना, तुमची भाषा स्पष्ट आणि साधी असावी लागते. जास्त गुंतागुंतीची व अप्रचलित भाषा त्यांना समजून घेणे कठीण होऊ शकते. त्यांच्या वयाच्या अनुकूल असलेली सोपी, सरळ आणि संवेदनशील भाषा वापरणे महत्त्वाचे आहे.
उदा.: "तुला शाळेत कुठे त्रास होतोय?" हे विचारण्याऐवजी, "तुला शाळेतील कोणत्या गोष्टी कठीण वाटतात?" असं विचारल्यास मुलं तुमच्याशी संवाद साधण्यात अधिक खुल्या होतात.

भावनांना समजून घेणारी भाषा वापरा:
किशोरवयीन मुलांच्या भावनांना प्रोत्साहन देण्यासाठी, त्यांना त्यांच्या मनाची स्थिती समजून घेणारी भाषा वापरा. त्यांच्या भावना कमी लेखू नका.
उदा.: "माझ्या वेळी असं झालं तरी तुहिनी नशिबावर दोष देऊ नकोस." असं म्हणण्याऐवजी, "तुला असं वाटणं नक्कीच वेगळं असू शकतं, पण त्यावर काय करता येईल यावर विचार करूया." असे अधिक समजून वावरणारे वचन वापरा.

सकारात्मक व प्रोत्साहन देणारी भाषा वापरा:
सकारात्मक व प्रोत्साहक भाषा मुलांच्या आत्मविश्वासाला चालना देते.
उदा.: "तुला हे करून दाखवता येईल. मी तुझ्या पाठीशी आहे." हे सांगून मुलाला प्रोत्साहन देऊ शकता.

२. किशोरांना ओळखण्यासाठी प्रश्न विचारणे

प्रश्नांचा योग्य वापर:
किशोरवयीन मुलांना समजून घेण्यासाठी त्यांच्याशी संवाद साधताना विचारलेल्या प्रश्नांचा वापर महत्त्वपूर्ण ठरतो. प्रश्न हे संवादाचे मार्गदर्शक असू शकतात. पण प्रश्न विचारताना ते खुल्या स्वरूपाचे असावेत, म्हणजे मुलांना त्यांचा विचार मोकळेपणाने व्यक्त करण्याची संधी मिळते.

उदा.: "तुला आज शाळेत कसं वाटलं?"
"तुला कधी असं वाटतं की तुम्ही तुमच्या जीवनात काही बदल करू इच्छिता?"
"तुला असं का वाटतं की हे घडत आहे?"

प्रश्न विचारताना आदर दाखवा:

किशोरांना त्यांच्या विचारांची आणि भावना व्यक्त करताना आदर आणि समजून घ्या. त्यांना त्यांच्या मतांची कदर करणं आवश्यक आहे.
उदा.: "तुमचं मत मला ऐकायला आवडेल," असं सांगून मुलांच्या मतांला महत्व द्या.

विचारशील आणि परत विचारलेले प्रश्न:
कधी कधी, किशोरांच्या अनुभवांवर आधारित परत विचारलेले प्रश्न अधिक माहिती देऊ शकतात. हे प्रश्न विचारल्यास मुलं त्यांच्या विचारांवर जास्त लक्ष देतात.
उदा.: "तुला ते अनुभव कसा वाटला? तो कसा बदलता येईल?"

३. सहनशीलता वाढविण्यासाठी सराव

धीर धरून संवाद करा:
किशोरवयीन मुलांसोबत संवाद साधताना, धीर आणि सहनशीलता महत्त्वाची असते. त्यांचं मानसिक आणि भावनिक जीवन सध्या चांगलं विकसित होत असतं, त्यामुळे ते तुमचं प्रत्येक शब्द, कृती किंवा इशारा विचारपूर्वक स्वीकारू शकतात. तुमचं संयम आणि सहनशीलता मुलांना त्यांच्या भावनांवर अधिक खोल विचार करण्यास मदत करू शकते.
उदा.: मुलांशी बोलताना, त्यांच्या विचारांवर घाई न करता, त्यांना वेळ द्या. त्यांचे शब्द पूर्ण होईपर्यंत शांतपणे ऐका आणि मग त्यावर प्रतिसाद द्या.

मुलांच्या दृष्टिकोनाचा आदर करा:
मुलांच्या दृष्टिकोनाला योग्य प्रकारे समजून घ्या. त्यांच्या मतांची कदर करा आणि त्यांना योग्य मार्गदर्शन देताना त्यांचा स्वतःचा विचार विचारण्याची संधी द्या.
उदा.: "तुला हवं ते करायला आणि त्यावर निर्णय घेण्यासाठी पूर्ण स्वातंत्र्य मिळालं तर तुला कसं वाटेल?" या प्रश्नाद्वारे मुलांच्या विचारांची कदर करा.

संवाद साधताना संयम राखा:

कधी कधी किशोरवयीन मुलांचा गोंधळ किंवा राग सहन करणे कठीण होऊ शकते. अशा वेळेस संयम ठेवणे अत्यंत महत्त्वाचं आहे. काही वेळा, तुमचं शांत वर्तन मुलांना अधिक मोकळेपणाने संवाद साधण्यास मदत करू शकतं.
उदा.: "मला समजतं की तुम्ही गोंधळलेले आहात, पण शांतपणे या आणि आम्ही यावर चर्चा करू."

सहानुभूती आणि पाठिंबा:
किशोरवयीन मुलांना सहानुभूती दाखवा आणि त्यांना पाठिंबा द्या. तुमच्या वागण्यामुळे ते आपले विचार मोकळेपणाने व्यक्त करण्यास प्रोत्साहित होतात.
उदा.: "माझ्या कडून काहीही मदत पाहिजे असल्यास, मी तुझ्या सोबत आहे," या वाक्याने मुलांना सहकार्याची भावना मिळवू शकते.

किशोरवयीन मुलांसोबत संवाद साधताना, तुमचं वर्तन, भाषा, प्रश्न विचारण्याची पद्धत आणि सहनशीलता यांचा फार मोठा प्रभाव पडतो. या टिप्स आणि पद्धतींचा वापर करून, तुम्ही तुमची संवादकला सुधारू शकता. मुलांना समजून घेतल्यास आणि त्यांच्या भावनांची कदर केल्यास, तुम्ही त्यांच्याशी गहन आणि अर्थपूर्ण संवाद साधू शकता, ज्यामुळे त्यांचा मानसिक आणि भावनिक विकास होईल.

प्रकरण ९: मुलांमधील भावनात्मक गोंधळ समजून घेणे

किशोरवयातील मुले भावनिकदृष्ट्या संवेदनशील असतात. त्यांच्या भावना आणि विचारांना समजून घेण्यासाठी पालकांनी काळजीपूर्वक संवाद साधणे गरजेचे असते. खाली प्रत्येक मुद्द्याचे सविस्तर स्पष्टीकरण दिले आहे:

ताणतणाव आणि चिंता: किशोरवयात ताण ओळखणे आणि कमी करणे

1. ताणतणावाची कारणं:
किशोरवयातील मुले अनेक प्रकारच्या दबावाखाली असतात. अभ्यासात चांगले गुण मिळवण्याची अपेक्षा, मित्रांसोबत स्पर्धा, घरातील जबाबदाऱ्या आणि स्वतःला योग्य प्रकारे सादर करण्याचा ताण त्यांच्यावर येतो.

2. ताण कसा ओळखावा:
मुलांच्या वागण्यात अचानक बदल जाणवू शकतो. सतत चिडचिड करणे, मूड स्विंग्स, एकटे राहणे, झोपेच्या वेळेत बदल किंवा संवाद टाळणे हे ताणाचे संकेत असू शकतात. पालकांनी या लक्षणांकडे लक्ष द्यायला हवे.

3. ताण कमी करण्यासाठी उपाय:

प्रोत्साहन द्या: त्यांच्या भावनांना गंभीरतेने घ्या आणि त्यांना आधार द्या.

साथ द्या: त्यांना कठीण काळात एकटं पडू देऊ नका.

विश्रांतीचे महत्त्व: खेळ, ध्यानधारणा किंवा संगीत यांचा उपयोग करून त्यांचा ताण हलका करा.

मोकळेपणा जोपासा: त्यांच्यासोबत वेळ घालवा आणि त्यांना मोकळेपणाने बोलण्याची संधी द्या.

भावनांचा सन्मान: राग, दु:ख, आनंद अशा भावना हाताळणे

1. भावना ओळखण्याची कला:
किशोरवयीन मुलांचे भावनिक स्वरूप गोंधळलेले असते. त्यांना काय वाटते ते व्यक्त करणे कठीण होऊ शकते. राग, दु:ख, किंवा आनंद यांना योग्य प्रकारे हाताळणे पालकांसाठी महत्त्वाचे आहे. रागाच्या क्षणी संयम ठेवणे, दु:खाचा स्वीकार करणे, आणि आनंदाच्या क्षणी सहभागी होणे हे आवश्यक आहे.

2. भावनांचे व्यवस्थापन शिकवणे:

रागावर नियंत्रण: मुलांना सांगण्याआधी ऐकून घ्या आणि त्यांना योग्य शब्दांमध्ये स्वतःच्या भावना व्यक्त करायला शिकवा.

दु:खाचे व्यवस्थापन: मुलांच्या दु:खावर त्यांना आधार द्या आणि त्यांची आवडती कृती (चित्रकला, वाचन, खेळ) करण्यास प्रोत्साहित करा.

आनंद साजरा करणे: त्यांना स्वतःच्या छोट्या यशांचे कौतुक करण्यास शिकवा आणि कुटुंबासोबत त्यांचा आनंद साजरा करा.

3. सामंजस्यपूर्ण संवाद:
मुलांशी मोकळेपणाने बोलण्याची सवय लावा. त्यांना प्रश्न विचारून त्यांचे मत जाणून घ्या. यामुळे मुलांच्या मनातील भावनांचा आदर केला जातो, हे त्यांना जाणवेल.

धैर्य आणि आत्मनियंत्रण शिकवणे

1. धैर्य वाढवण्यासाठी तंत्र:

नवीन गोष्टी शिकण्याची प्रेरणा: मुलांना आव्हानात्मक गोष्टी स्वीकारायला प्रोत्साहित करा.

अपयशातून शिकवण: अपयशाला सामोरे जाण्यासाठी त्यांना मानसिकदृष्ट्या मजबूत बनवा.

ध्येय साध्य करण्याची प्रक्रिया: त्यांना लहानसहान उद्दिष्टांपासून सुरुवात करून मोठ्या ध्येयांकडे वाटचाल करायला शिकवा.

2. आत्मनियंत्रण शिकवण्यासाठी सल्ले:

ताबा ठेवणे: मुलांना त्यांच्या भावनांवर नियंत्रण ठेवण्याचे महत्त्व समजवा. राग आल्यावर शांत राहण्याची पद्धत शिकवा.

भावना वाटून घेणे: त्यांना त्यांच्या भावना शब्दांत व्यक्त करण्यासाठी प्रोत्साहित करा.

नियम तयार करा: घरातील शिस्तीबाबत स्पष्ट नियम ठेवा आणि त्यांचे पालन करायला शिकवा.

3. पालकांनी दाखवायचे आदर्श वर्तन:

पालकांनी आपल्या वर्तनातून आदर्श निर्माण करावा. मुलांना योग्य दिशा दाखवण्यासाठी संयम आणि सकारात्मक दृष्टिकोन ठेवणे गरजेचे आहे. त्यांच्या चुका मोठ्या आवाजात मांडण्याऐवजी त्यातून शिकवण द्यावी.

भावनांचा गोंधळ किशोरवयीन जीवनाचा भाग आहे. परंतु त्यांना योग्य मार्गदर्शन मिळाल्यास ते स्वतःच्या भावनांवर नियंत्रण ठेवून यशस्वी होऊ शकतात. त्यांच्या प्रत्येक भावनांमागील विचार समजून घेऊन त्यांना व्यक्त होण्यासाठी प्रेरित करा. पालकांनी विश्वासार्ह, सहनशील आणि सकारात्मक दृष्टिकोन ठेवला तर हा संवाद अधिक प्रभावी ठरेल.

प्रकरण १०: समस्या सोडविण्याच्या कौशल्यांचा विकास

किशोरवयीन मुलांना समस्यांशी कसे सामोरे जायचे हे शिकवणे त्यांच्या व्यक्तिमत्त्वाच्या विकासासाठी महत्त्वाचे आहे. त्यांच्या विचारांमध्ये स्पष्टता आणून, योग्य पद्धतीने मार्गदर्शन केल्यास, ते स्वतःच्या आयुष्यातील अडचणी सक्षमपणे सोडवू शकतील. या प्रकरणात प्रत्येक मुद्द्याचा सखोल विचार आणि उपाययोजना दिल्या आहेत.

मुलांना प्रश्न विचारून योग्य मार्ग दाखवणे

1. समस्या ओळखणे:
किशोरवयात मुलं अनेक गोष्टींमध्ये गोंधळलेली असतात. त्यांच्या समस्यांचे स्वरूप आणि कारण ओळखणे पालकांसाठी महत्त्वाचे आहे. यासाठी:

"तुला अडचण नेमकी कशामुळे वाटते?"

"तुझ्या मते यातून काय परिणाम होऊ शकतो?"
असे प्रश्न विचारून त्यांना स्वतःच्या अडचणी समजून घेण्यास प्रवृत्त करा.

2. योग्य प्रश्न विचारण्याचे महत्त्व:
पालकांनी विचारलेले प्रश्न मुलांना संवाद साधण्यास आणि त्यांच्या विचारांची मांडणी करण्यास प्रोत्साहित करतात. प्रश्न विचारताना:

प्रश्न सोपे आणि सरळ असावेत.

समस्या नीतिमत्तेच्या चौकटीत कशी आहे, हे मुलांना जाणवून द्या.

"तुला या समस्येचा कोणता भाग सर्वात कठीण वाटतो?" असे विचारून त्यांना विचारप्रक्रियेत सामील करा.

3. मार्गदर्शनाची पद्धत:
मुलांना तयार उत्तरं न देता, त्यांना विविध पर्यायांबद्दल विचार करायला प्रवृत्त करा.

उदाहरणार्थ, "जर तू हा उपाय निवडलास, तर तुला काय वाटतं, काय होईल?"

पर्यायांचा अभ्यास आणि त्याचे फायदे-तोटे समजावून सांगितल्याने मुलांमध्ये निर्णय घेण्याची क्षमता वाढते.

संघर्ष सोडविण्यासाठी प्रामाणिक चर्चा

1. संघर्ष समजून घेणे:
किशोरवयातील संघर्ष विविध स्वरूपाचे असतात—शाळेतल्या वादापासून, मैत्रीतल्या गैरसमजांपर्यंत. पालकांनी या संघर्षांबद्दल जाणून घेताना मुलांना दोष देण्याऐवजी, शांतपणे ऐकून घेतले पाहिजे.

त्यांच्या समस्या तात्पुरत्या नाहीत, याची जाणीव करून द्या.

"तुला काय वाटतं?", "तुझा यावर दृष्टिकोन काय आहे?" अशा प्रश्नांनी त्यांचा आत्मविश्वास वाढवा.

2. प्रामाणिक चर्चा:
प्रामाणिक चर्चा म्हणजे केवळ संवाद नव्हे, तर नातेसंबंध बळकट करण्याचा मार्ग आहे.

मुलांच्या बोलण्यावर प्रतिक्रिया देताना त्यांचा अपमान किंवा उपदेश टाळा.

तुमच्या अनुभवांद्वारे त्यांना योग्य तो दृष्टिकोन द्या.

"मी तुझ्या जागी असतो तर काय केले असते?" असा प्रश्न विचारून त्यांना त्यांच्या विचारसरणीत सुधारणा करू द्या.

3. संघर्ष सोडविण्यासाठी चरण:

समस्या स्पष्ट करा: दोन्ही बाजू ऐकून घेतल्यावर, अडचणीतला मुख्य मुद्दा ओळखायला मदत करा.

उपाय शोधा: "या परिस्थितीत तुला काय करणे योग्य वाटते?" असे विचारून त्यांना सहभागी करा.

प्रत्येक उपायाचा परिणाम जाणून घ्या: "जर तू हे केले तर काय घडेल?" असे विचारून त्यांचा विचारप्रवाह समृद्ध करा.

निर्णय घेण्याच्या प्रक्रियेत सहभागी होण्याचे महत्त्व

1. स्वतः निर्णय घेण्याचे महत्त्व:

किशोरवयात स्वतः निर्णय घेण्याची संधी दिल्याने मुलांमध्ये आत्मविश्वास वाढतो.

निर्णयामुळे येणाऱ्या चांगल्या-वाईट परिणामांची जाणीव होते, आणि त्यातून जबाबदारीची भावना विकसित होते.

2. निर्णय प्रक्रियेत सहभागी होण्याची पद्धत:
पालकांनी त्यांच्या निर्णय प्रक्रियेत सक्रिय भूमिका घ्यायला हवी, परंतु निर्णय मुलांनीच घ्यायला हवा.

सल्ला मागा: "तुझ्या मते, हा निर्णय योग्य ठरेल का?" असे विचारून त्यांच्या मताला महत्त्व द्या.

मार्गदर्शन द्या: त्यांच्या निवडीतील सकारात्मक आणि नकारात्मक बाजू स्पष्ट करून सांगा.

परिणाम समजावून द्या: निर्णयांचे परिणाम काय असू शकतात, हे सोप्या भाषेत समजवा.

3. चुका स्वीकारण्याचे धडे:

"चुकांमधून शिकणे महत्त्वाचे आहे" हे मुलांना पटवून द्या.

जर त्यांचा निर्णय चुकला तरी त्यांना दोष न देता, त्यातून शिकण्याची प्रक्रिया शिकवा.

उदाहरणार्थ, "तुझ्या निर्णयाचा परिणाम असा झाला; तू यापुढे काय वेगळं करशील?" असे विचारून त्यांना मार्गदर्शन करा.

किशोरवयीन मुलांना समस्या सोडवण्याची आणि निर्णय घेण्याची कला शिकवणे त्यांच्या आत्मनिर्भरतेसाठी उपयुक्त आहे. योग्य प्रश्न विचारणे, संघर्ष हाताळण्यासाठी संवाद साधणे, आणि निर्णय प्रक्रियेत सहभागी होण्याचे महत्त्व ओळखून, पालक त्यांच्या मुलांना अधिक जबाबदार आणि आत्मविश्वासू बनवू शकतात. यामुळे मुलांमध्ये सकारात्मक व्यक्तिमत्त्वाची जडणघडण होईल आणि ते आयुष्यभर या कौशल्यांचा उपयोग करतील.

प्रकरण ११: संवादातील अडथळे कसे टाळावे?

पालक आणि किशोरवयीन मुलांमधील संवाद कधी कधी आव्हानात्मक ठरतो. संवादातील काही सवयी आणि दृष्टिकोन हे अडथळे निर्माण करतात, ज्यामुळे मुलं पालकांपासून दूर जाऊ शकतात. संवाद खुला, प्रामाणिक आणि सकारात्मक ठेवण्यासाठी हे अडथळे ओळखून त्यावर मात करणे महत्त्वाचे आहे.

निर्णय लादणे टाळा

1. मुलांना विचार स्वातंत्र्य द्या:
किशोरवयात मुलं स्वतःच्या निर्णयक्षमतेची चाचणी घेत असतात. त्यांना त्यांच्या निर्णयांमध्ये सामील करून घेतल्यास त्यांचा आत्मविश्वास वाढतो.

पालकांनी आपले मत लादण्याऐवजी मार्गदर्शकाची भूमिका निभावावी.

"तुझ्या मते या परिस्थितीत काय योग्य असेल?" असे विचारून त्यांना विचार करण्याची संधी द्या.

2. लादलेल्या निर्णयांचे दुष्परिणाम:

निर्णय लादल्यास मुलं स्वतःच्या विचारांना कमी महत्त्व देतात, आणि अशा परिस्थितीत पालकांवर अवलंबून राहतात.

यामुळे ते स्वतःच्या निर्णयांबद्दल अनिश्चित आणि असुरक्षित होऊ शकतात.

3. मार्गदर्शनासाठी संवाद:

तुम्ही जर "तुला हे करायला हवेच" असे म्हणालात, तर त्यांना वाटू शकते की त्यांची मतं महत्त्वाची नाहीत. याऐवजी, पर्यायांवर चर्चा करा.

"तुला यातून काय शिकता येईल?" किंवा "तुझ्या निर्णयाचा तुला कसा फायदा होईल?" असे विचारल्यास ते त्यांच्या निवडीबद्दल आत्मविश्वासाने विचार करतील.

4. स्वतंत्र विचारसरणीला प्रोत्साहन द्या:

मुलांना योग्य त्या मार्गावर आणताना त्यांना स्वतंत्र विचार करायला शिकवा.

यामुळे ते निर्णयांबद्दल जबाबदारी घेतील आणि स्वतःच्या कृतींना योग्य दिशा देतील.

टीका करण्याऐवजी संवाद साधा

1. नकारात्मक टीकेचा परिणाम:

सतत टीका केल्यास मुलं हताश होतात आणि संवाद कमी करण्याचा प्रयत्न करतात.

नकारात्मक टीका मुलांमध्ये कमी आत्मसन्मान निर्माण करते, आणि ते स्वतःला योग्य ठरवण्याचा प्रयत्न थांबवतात.

2. संवादाचा सकारात्मक दृष्टिकोन:

चुकांवर लक्ष केंद्रित करण्याऐवजी त्यांच्या कृतीमागील प्रयत्नांवर लक्ष द्या.

उदाहरणार्थ, "तुझा हा प्रयत्न छान होता, पण जर तू असं केलं असतं तर कदाचित चांगलं झालं असतं" असा प्रतिसाद द्या.

3. चुका मार्गदर्शनासाठी वापरा:

चुकांवर टीका करण्याऐवजी त्या चुकांमधून काय शिकता येईल यावर चर्चा करा.

"तुझ्या या अनुभवातून तू पुढच्या वेळी काय वेगळं करशील?" असे विचारल्यास, मुलं चुकांकडे सकारात्मक दृष्टिकोनाने पाहतील.

4. प्रशंसा आणि प्रोत्साहन:

मुलांनी घेतलेल्या चांगल्या निर्णयांची किंवा छोट्या यशांची प्रशंसा करा.

"तुझ्या मेहनतीमुळे हे शक्य झालं" असे सांगून त्यांना प्रोत्साहित करा.

मुलांच्या चुकांकडे समजुतीने पाहा

1. चुका शिकण्याचा भाग मानणे:

किशोरवयीन मुलं अनुभव घेताना चुका करतात, कारण हे त्यांच्या स्वभाव आणि निर्णयक्षमतेच्या विकासाचा भाग असतो.

त्यांच्या चुकांवर रागावण्याऐवजी त्या अनुभवातून त्यांना मार्गदर्शन करा.

2. चुका हाताळण्यासाठी संवाद:

मुलं चुकल्यानंतर त्यांना दोष देण्याऐवजी, "तुझ्या मते काय चुकलं?" असा प्रश्न विचारून त्यांची विचार करण्याची क्षमता वाढवा.

त्यांच्या चुकांमागील कारण समजून घेऊन त्यावर सकारात्मक चर्चा करा.

3. समजुतीचा दृष्टिकोन:

प्रत्येक वेळेस चुकांसाठी शिक्षा देण्याऐवजी त्यांना शांतपणे चुकांमधून शिकण्याचे महत्त्व पटवा.

उदाहरणार्थ, "तुझ्या या निर्णयामुळे असा परिणाम झाला, पुढच्या वेळी तू काय वेगळं करशील?" असा संवाद साधा.

4. चुकांमुळे नातेसंबंध सुधारण्याची संधी:

मुलांच्या चुकांवर राग काढण्याऐवजी, त्यांना समजावून सांगून नात्यात विश्वास निर्माण करा.

"मला माहित आहे, तुझा हेतू चांगला होता, पण चूक झाली; आता आपण त्यावर कसा उपाय करू शकतो?" असा दृष्टिकोन ठेवा.

संवादातील अडथळे दूर करण्यासाठी पालकांनी मुलांशी शांत, समजूतदार आणि सकारात्मक दृष्टिकोनाने वागणे आवश्यक आहे. निर्णय लादणे, टीका करणे आणि चुकांवर रागावणे या सवयी टाळल्यास पालक आणि मुलांमधील संवाद सुलभ होतो.
मुलांना ऐकून घेणं, त्यांना प्रोत्साहन देणं, आणि त्यांच्या विचारांना महत्त्व देणं यामुळे नात्यात विश्वास वाढतो. संवाद अधिक सकारात्मक आणि अर्थपूर्ण होण्यासाठी ही सवयी उपयुक्त ठरतील.

प्रकरण १२: किशोरवयीन मुलांसोबत मैत्रीपूर्ण नातं कसं बांधायचं?

किशोरवयीन मुलांसोबत एक मजबूत आणि विश्वासपूर्ण नातं बांधण्यासाठी पालकांना परिष्कृत पद्धतीने संवाद साधावा लागतो. मैत्रीपूर्ण नातं हे केवल मित्रपण नाही, तर विश्वास, आदर आणि मार्गदर्शनावर आधारित असले पाहिजे. मुलांच्या किशोरवयात असलेल्या बदलांनुसार नातेसंबंध आकार घ्यायला हवे, ज्यामुळे ते पालकांना साथी म्हणून पाहू लागतात. यासाठी पालकांनी काय विचार करावेत, हे खालील मुद्द्यांत सुस्पष्ट केले आहे.

पालक-पाल्य संबंधामधील संतुलन राखा

1. पालकत्व आणि मित्रपणातील फरक समजून घ्या:
किशोरवयीन मुलांसोबत मैत्रीपूर्ण नातं बांधताना पालकांनी आपली भूमिका समजून घेतली पाहिजे. त्यांना फक्त मित्र बनण्याऐवजी, एक मार्गदर्शक, संरक्षक आणि मार्गदर्शक म्हणून वागावे लागते.

पालकांच्या वागणुकीत स्पष्टता आणि सीमा असाव्यात.

मुलांना वाटतं की पालकांचे नाते जास्त कडक किंवा नियमांचे आहे, तर दुसरीकडे अधिक मित्रवत असले तरी, त्यांच्यात योग्य समतोल असावा लागतो.

"मी तुझा मित्र आहे, पण मी तुझा पालक देखील आहे" असे दाखवून देताना त्यांना दोन्ही भूमिकांचा आदर केला पाहिजे.

2. आदर आणि विश्वासाचा पाया तयार करा:

मुलांना विश्वास दाखवायला लागतो, आणि एक सकारात्मक संवाद साधून त्यांचा आदर मिळवायला हवा.

त्यांचा विश्वास प्राप्त करून त्यांना खुल्या मनाने विचारण्याची संधी द्या.

पालकांचा कडकपणा असावा लागतो, पण तो प्रेम आणि समजुतीने असावा. तेव्हा मुलं अधिक विश्वास ठेवू लागतात.

3. संपूर्ण समर्थन द्या, पण काही मर्यादा ठरवा:

किशोरवयीन मुलांना हवे तसे मुक्तपणे वागायला हवा, परंतु त्यांच्या वागणुकीवर नियंत्रण ठेवण्याची जबाबदारी पालकांवर आहे.

पालकांनी थोड्या प्रमाणात कडक नियम ठरवून त्यांचे पालन करण्यासाठी प्रेमपूर्ण मार्गाने मार्गदर्शन करावे

मुलांच्या गुपितांचा आदर करा

1. गोपनीयतेला महत्त्व द्या:
किशोरवयात मुलं जास्त गोपनीय असतात, आणि त्यांचे गुपित समजून घेणं महत्त्वाचं आहे. यामुळे त्यांना सुरक्षित वाटतं आणि नंतर ते आपले विचार, भावना, समस्या पालकांसोबत शेअर करण्यास प्रवृत्त होतात.

"तुम्ही काय सांगत आहात हे तुमचं गुपित आहे" असे त्यांना वचन द्या, जेणेकरून ते तुमच्यावर विश्वास ठेवतील.

जरी मुलं गुपित ठेवत असले तरी त्यांना त्यांचे निर्णय आणि विचार योग्य प्रकारे मार्गदर्शन करून आपल्याशी शेअर करण्यासाठी प्रवृत्त करा.

2. संवेदनशीलतेसह संवाद करा:

मुलांचे गुपित किंवा व्यक्तिगत गोष्टी तेव्हा उघड करणे महत्त्वाचे आहे, जेव्हा ते त्यांच्या धाकधवीकडे न जाता, तुमच्यावर विश्वास ठेवून करू इच्छितात.

त्यांचे गुपित थोपवून न ठेवता त्यांचा मार्गदर्शन करा, परंतु त्यांना स्वतंत्रतेची भावना द्या.

3. हद्दीची मर्यादा ठरवा:

मुलांचे गुपित स्वीकारल्यावर, त्यांना योग्य मार्गदर्शन देणे आणि पालक म्हणून त्यांची काळजी घेणे आवश्यक आहे.

तथापि, त्यांचे गुपित समजून घेत असताना, पालकांनी तेथे एक मर्यादा निश्चित केली पाहिजे. कधीही त्यांच्या गोष्टी अनावश्यकपणे उघड केली जाऊ नयेत.

त्यांचे मित्र बनण्याऐवजी चांगला मार्गदर्शक बना

1. समजून घेण्याचे महत्त्व:
पालकांनी मुलांसोबत एक मैत्रीपूर्ण नातं ठेवताना मित्र बनण्याची खूप इच्छा असू शकते, परंतु त्यांना मार्गदर्शन देणे हे अधिक महत्त्वाचे आहे.

"माझा मित्र असायला मी तुमच्याशी खेळू शकतो, परंतु पालक म्हणून मी तुमच्या मार्गदर्शक भूमिकेत आहे" हे लक्षात ठेवा.

मुलं जरी मित्र म्हणून संवाद साधत असले तरी, ते अनेक वेळा निबंध, करिअर आणि भावनिक प्रश्नांना योग्य उत्तरं मागतात. त्यांचा मार्गदर्शक बनून त्यांना योग्य निर्णय घेण्यास मदत करा.

2. मुलांच्या दृष्टीकोनातून विचार करा:

मुलांच्या भावनांचा आदर करताना त्यांचे वय, समस्या आणि आव्हानं ओळखा.

मुलांना मार्गदर्शन करताना त्यांना तुमच्या अनुभवातून मदत करा, पण त्यांचा आत्मनिर्भरता आणि निर्णय घेण्याची क्षमता हानी होईल, असे न करता.

"हे तुझ्या भविष्यासाठी महत्त्वाचे आहे, आणि मी तुला ते कसं साधता येईल याचे मार्गदर्शन करू इच्छितो" असे सांगून मुलांना उत्तम विचार करण्यास प्रवृत्त करा.

3. पालकत्वातील मार्गदर्शक असण्याचे फायदे:

मुलांना एक विश्वासार्ह मार्गदर्शक मिळाल्यावर ते जीवनाच्या कठीण प्रसंगांतून अधिक सहजतेने मार्ग काढू शकतात.

त्यांच्या गोंधळलेल्या विचारांमध्ये तुम्ही मार्गदर्शन करता, तेव्हा ते पालकांना खूप महत्त्व देतात आणि तुमच्यावर विश्वास ठेवतात.

किशोरवयीन मुलांसोबत मैत्रीपूर्ण नातं साधताना पालकांनी त्यांच्या मार्गदर्शनाची भूमिका पार पाडली पाहिजे. मुलांच्या गुपितांचा आदर ठेवून आणि त्यांना योग्य मार्गदर्शन देऊन त्यांच्याशी सकारात्मक संवाद साधा. त्यांना मित्र म्हणून मान्य करत असले तरी, पालक म्हणून दिलेली मदत आणि समजुतीचा मार्ग अधिक परिणामकारक ठरतो. एक चांगला मार्गदर्शक बनण्याचा उद्देश ठेवा, जेणेकरून मुलं तुमच्यावर विश्वास ठेवतील आणि भविष्यकाळासाठी सक्षम निर्णय घेऊ शकतील.

प्रकरण १३: किशोरवयीन मुलांसाठी भूमिका मॉडेल कसे बनावे?

किशोरवयीन मुलं आपल्या पालकांकडून, शिक्षकांकडून, किंवा इतर वयाने मोठ्या व्यक्तींना एक भूमिका मॉडेल म्हणून पाहतात. त्यांना योग्य मार्गदर्शन मिळवण्यासाठी, त्यांच्या जीवनातील आदर्श असणं आवश्यक आहे. किशोरवयातील मुलं त्यांच्या विचारसरणीला आकार देण्यासाठी आणि जीवनातील चांगले निर्णय घेण्यासाठी पालकांकडून प्रेरणा घेतात. म्हणूनच, योग्य भूमिका मॉडेल म्हणून वागणं आणि त्यांना योग्य मूल्य शिकवणं खूप महत्त्वाचं आहे.

आदर्श वर्तन दाखवा

1. चांगले वर्तन दर्शवणे:
मुलं वयात येताना, त्यांच्या वर्तनावर कडेकोट निरीक्षण करत असतात. त्यांना सांगण्यापेक्षा, आपले वर्तन दाखवणं अधिक प्रभावी ठरते.

नम्रता आणि आदर: मुलं आपले वर्तन निरीक्षण करतात, त्यामुळे आपल्याला त्यांच्या समोर आदर आणि नम्रतेचा आदर्श ठेवावा लागतो. उदाहरणार्थ, मोठ्यांसोबत वागत असताना त्यांना आदराने वागा, त्यामुळे मुलं देखील हेच वर्तन शिकतील.

समस्या सोडवण्याचा दृष्टीकोन: मुलं हे लक्षात ठेवतात की आपण वयाच्या जडणघडणीमध्ये संघर्षांवर कसा प्रतिक्रिया देतो. जर आपण शांतपणे व वचनबद्धतेने समस्यांचा सामना केला, तर ते देखील त्याच पद्धतीने प्रतिक्रिया देण्याचा प्रयत्न करतात.

2. नैतिक मूल्यांचा आदर्श ठेवणे:
मुलं आपल्याला पाहून शिकतात. म्हणूनच, प्रत्येक गोष्टीत योग्य मूल्यांचा आदर्श ठेवावा लागतो. जर आपण योग्य निर्णय घेत असतो आणि नैतिकता पाळत असतो, तर मुलं देखील आपल्याला आदर्श मानून त्याच मार्गावर चालू लागतात.

उदाहरणार्थ, खोटं बोलणं किंवा वचन न पाळणं हे मुलांना चुकीचं शिकवू शकते. अशा वेळी, प्रामाणिकपणे वागणं महत्त्वाचं आहे.

मूल्य शिकविण्यासाठी कृतीवर भर द्या

1. कृतीतून शिकवणं:

मुलं सापेक्षपणे आपल्याशी अधिक संबंधित होतात, जेव्हा आपण त्यांना सांगितलेल्या गोष्टी प्रत्यक्ष कृतीत दाखवतो. आपले वर्तन त्यांच्या मुल्यमूल्यांमध्ये सुसंगत असले पाहिजे.

उदाहरणार्थ, आपण ज्या प्रकारे इतरांसोबत वागतो, जसे की आपला वेळ इतरांच्या मदतीसाठी देणे किंवा त्यांना आदर देणे, हे मुलं तेच शिकतील.

जर आपण त्यांच्या वयाच्या मित्रांबद्दल किंवा इतर लोकांबद्दल कधीही नकारात्मक विचार व्यक्त केले, तर ते देखील अशीच वर्तवणूक करणार. त्यामुळे प्रत्येक कृतीवर लक्ष ठेवणे आणि मूल्यांसाठी योग्य कृती करणं महत्त्वाचं आहे.

2. संघर्ष आणि समस्या हाताळताना मुलांना उदाहरण देणे:
किशोरवयीन मुलं संघर्ष आणि आव्हानांचा सामना करत असतात. या क्षणी पालकांनी त्यांना यासाठी योग्य दिशा देणं महत्त्वाचं आहे.

उदाहरणार्थ, जर कधी घरातील आर्थिक समस्या किंवा इतर ताणतणाव आले, तर त्यांना आपल्या विचारशक्तीच्या किंवा संघर्षाशी कसे जुळवून घेतले याबद्दल सांगू शकता.

"आम्ही थोड्या काळासाठी कठोर परिस्थितीतून जात असू, पण आमच्या संघर्षावर मात करण्यासाठी आम्ही कशी योजना केली" असं सांगून मुलांना कृतीचा आदर्श द्या.

प्रामाणिकता आणि जबाबदारीचे धडे

1. प्रामाणिकतेला महत्त्व देणे:
किशोरवयीन मुलं शिकतात की प्रामाणिक असणे हे केवळ एक नैतिक मूल्य नाही, तर ते त्यांच्या आत्मसन्मानाचा आणि सामाजिक नातेसंबंधाचा पाया आहे. पालकांनी प्रामाणिकपणे वागल्यास ते देखील प्रामाणिक होतात.

उदाहरणार्थ, घरात कोणत्याही प्रकारची चूक झाली तरी त्याला कबूल करा आणि त्यावर चांगला मार्गदर्शन द्या. "चुकांमुळे शिकता येतं" असा संदेश मुलांना द्या.

चुकांना स्वीकारताना, त्या चुकांची जबाबदारी घेणं आणि त्यावरून काहीतरी शिकण्याची भावना मुलांमध्ये निर्माण करा.

2. जवाबदारीचे महत्त्व:
किशोरवयीन मुलांना आपली जबाबदारी ओळखून वागायला शिकवणं महत्त्वाचं आहे. त्यांना जीवनातील जबाबदाऱ्यांचा आदर कसा करावा हे दाखवायला हवं.

उदाहरणार्थ, घरातील कामे किंवा अभ्यासाची जबाबदारी हसतमुखाने पार करणं मुलांना प्रेरणा देईल.

"आम्ही जे करत आहोत त्यात जबाबदारी आहे आणि त्याचा परिणाम इतरांवर होतो" असा संदेश देऊन मुलांना त्यांची जबाबदारी सांगितली पाहिजे

किशोरवयीन मुलांसाठी भूमिका मॉडेल होणं हे एक अवघड कार्य असू शकतं, परंतु हे मुलांच्या जीवनात महत्त्वपूर्ण परिवर्तन घडवू शकतं. आदर्श वर्तन दाखवणं, मूल्य शिकविण्यासाठी कृतीतून उदाहरण द्यायचं, आणि प्रामाणिकता आणि जबाबदारी शिकवणं यामुळे मुलं आत्मविश्वासाने भरलेली आणि सक्षम होतात. त्यांना आपल्यापासून शिकत असलेले मूल्य त्यांच्या भविष्याच्या यशासाठी आणि समृद्धीसाठी आवश्यक आहेत. पालक म्हणून आपली भूमिका ही एक मोठी जबाबदारी आहे, आणि ती जरी कठीण असली तरी मुलांच्या भविष्याचा मार्ग साधणारी आहे.

प्रकरण १४: किशोरवयीन आरोग्याबद्दल संवाद

किशोरवयीन मुलांचे शारीरिक, मानसिक आणि भावनिक आरोग्य त्यांच्यासाठी अत्यंत महत्वाचे असते. पालकांनी यासाठी एक चांगला संवाद साधावा लागतो, जेणेकरून मुलं आपल्या आरोग्याची योग्य काळजी घेतील. किशोरवयात होणारे शारीरिक बदल, मानसिक संघर्ष, आणि जीवनशैलीचे बदल आरोग्यावर परिणाम करू शकतात. यामध्ये आहार, व्यायाम, झोप आणि मानसिक ताण यांचे महत्त्व आहे. यामुळे मुलांना त्यांच्या आरोग्याच्या योग्य सल्ला आणि मार्गदर्शनाची आवश्यकता असते.

आहार आणि व्यायामाचे महत्त्व

1. आहाराचे महत्त्व आणि पोषण:
किशोरवयीन मुलांसाठी योग्य आहार अत्यंत महत्त्वाचा असतो. यावेळी मुलांच्या शरीरात वेगवेगळ्या प्रकारचे शारीरिक बदल होत असतात आणि त्यासाठी चांगल्या पोषणाची आवश्यकता असते.

संतुलित आहाराची गरज: किशोरवयीन मुलांना हाडे आणि स्नायूंची वाढ, तसेच हॉर्मोनल चेंजेसनुसार योग्य पोषणाची आवश्यकता असते. त्यांना प्रथिने, फायबर्स, फॅट्स आणि जीवनसत्त्वे यांचा योग्य समतोल असलेला आहार मिळावा लागतो.

स्नॅक्स आणि जंक फूडवर नियंत्रण: मुलांना जंक फूड आणि सॉफ्ट ड्रिंक्ससाठी आकर्षण असू शकते, पण पालकांनी याबाबत जागरूक रहावे लागते. साखर, फॅट्स आणि जंक फूडचे अधिक सेवन शारीरिक आरोग्यावर परिणाम करू शकते. त्यांना ताज्या फळांचा, भाज्यांचा, आणि संपूर्ण धान्यांचा आहार देणे महत्त्वाचे आहे.

आहाराची वेळ आणि प्रकार: किशोरवयीन मुलांना नियमित वेळेवर आणि संतुलित आहार घेणे शिकवावे लागते. त्यांना जास्त वेळ उपाशी राहणे किंवा जेवणाची वेळ टाळणे हे आरोग्यासाठी हानिकारक ठरू शकते.

2. व्यायामाचे महत्त्व:
शारीरिक व्यायामाच्या नियमित सरावाने मुलांचे शारीरिक, मानसिक आणि भावनिक आरोग्य सुधारू शकते.

शारीरिक ताण कमी करणे: किशोरवयात मुलांना शारीरिक आणि मानसिक ताणाचे प्रमाण अधिक असू शकते. नियमित व्यायामाने हा ताण कमी होऊ शकतो. उदाहरणार्थ, योग, धावणे, सायकल चालवणे, किंवा खेळांमध्ये भाग घेणे मुलांसाठी फायदेशीर ठरू शकतात.

मानसिक स्वास्थ्यावर परिणाम: व्यायामामुळे शरीरात एंडोर्फिन्सची निर्मिती होते, ज्यामुळे मुलांना आनंद आणि सकारात्मक भावना येतात. यामुळे तणाव आणि चिंता कमी होऊ शकते.

आरोग्याच्या इतर फायद्यांबद्दल जागरूकता: पालकांनी मुलांना विविध प्रकारच्या खेळ आणि व्यायामांच्या फायद्याबद्दल सांगून त्यांना शारीरिक सक्रियतेची आवड निर्माण करायला हवी.

मुलांच्या झोपेच्या वेळेची काळजी

1. योग्य झोपेचा महत्त्व:
किशोरवयीन मुलांना शरीराच्या विकासासाठी आणि मानसिक विश्रांतीसाठी योग्य झोपेची आवश्यकता असते. आजकाल तंत्रज्ञानाचा वापर आणि सोशल मीडिया यामुळे मुलांचा झोपेचा कालावधी घटलेला असतो.

सप्ताहांत आणि शालेय दिवसांमध्ये झोपेची वेळ: किशोरवयीन मुलांनी दररोज 7-9 तासांची झोप घेणं महत्त्वाचं आहे. झोपेची नियमितता आणि चांगली झोप शरीराच्या आणि मनाच्या आरोग्यासाठी आवश्यक आहे.

झोपेचे चांगले वातावरण तयार करणे: मुलांच्या झोपेचे आरोग्य सुधारण्यासाठी शांत, अंधारी, आणि गारठे असलेले वातावरण तयार करणे आवश्यक आहे. तंत्रज्ञानाचे वापर, मोबाईल किंवा लॅपटॉपचा वापर झोपेच्या आधी कमी करणे गरजेचे आहे.

2. झोपेच्या अभावामुळे होणारे परिणाम:
जर किशोरवयीन मुलांनी कमी झोप घेतली तर त्यांच्या शरीरावर आणि मेंदूवर गंभीर परिणाम होऊ शकतात. कमी झोपेमुळे:

चिंता आणि तणाव वाढू शकतो.

मनाची अस्वस्थता आणि गोंधळ.

शारीरिक आजारांची शक्यता वाढू शकते, जसे की वजन वाढणे, हृदयाच्या समस्या, आणि रक्तदाबाच्या समस्या.

केंद्रित होण्यात अडचणी येऊ शकतात.

3. पालकांची भूमिका:
मुलांना योग्य झोपेची महत्त्वाची शिकवण देणे, झोपेची नियमितता पाळण्यासाठी त्यांना प्रेरित करणे आणि झोपेची आदर्श वेळ ठरवणे हे पालकांवर असते. योग्य मार्गदर्शन आणि देखरेख केल्यास मुलं झोपेच्या नियमिततेचे पालन करू शकतात.

शारीरिक आणि मानसिक आरोग्यावर प्रभाव टाळणे

1. मानसिक आरोग्य आणि ताण:
किशोरवयीन मुलं शारीरिक आरोग्याच्या प्रमाणेच मानसिक आरोग्याच्या बाबतीतही अनेक अडचणींचा सामना करत असतात. तणाव, चिंता, आणि भावनिक बदल यामुळे मुलांची मानसिक स्थिती अस्वस्थ होऊ शकते.

मानसिक ताण कमी करणं: पालकांनी मुलांना मानसिक ताण कसा कमी करावा हे शिकवायला हवं. शारीरिक व्यायाम, योग आणि प्राणायाम यांचा वापर मानसिक स्वास्थ्यासाठी उपयुक्त ठरू शकतो.

संवेदनशीलता आणि संवाद: मुलांना आपल्या भावना व्यक्त करण्यासाठी एक सुरक्षित वातावरण तयार करणे महत्त्वाचे आहे. "तुम्ही कसे आहात?" असं विचारून मुलांसोबत संवेदनशील संवाद साधणे, त्यांना त्यांचे मन मोकळं करायला मदत करू शकते.

2. स्मार्टफोन आणि सोशल मीडिया यांचा प्रभाव:
तंत्रज्ञान आणि सोशल मीडियाचा मुलांच्या मानसिक आरोग्यावर मोठा प्रभाव असतो. सोशल मीडिया, ऑनलाइन खेळ आणि मोबाईलचे जास्त वेळ वापरणे यामुळे त्यांना मानसिक आणि शारीरिक आरोग्याच्या समस्यांचा सामना करावा लागू शकतो.

स्क्रीन टाइमवर नियंत्रण ठेवणे: पालकांनी मुलांना स्मार्टफोन आणि इतर स्क्रीनवरील वेळ नियंत्रित करण्यास मदत केली पाहिजे. यासाठी ठराविक वेळ ठरवून, मुलांना इतर उपयुक्त आणि शारीरिकदृष्ट्या सक्रिय गतिविधींमध्ये भाग घ्या.

किशोरवयीन मुलांसाठी आरोग्याबद्दल संवाद साधणे अत्यंत महत्त्वाचे आहे. शारीरिक आरोग्यासाठी आहार आणि व्यायाम, मानसिक आरोग्याचे संतुलन साधण्यासाठी नियमित झोप, आणि तंत्रज्ञानाच्या वापरावर नियंत्रण ठेवणे या सर्व गोष्टी एकत्र मुलांच्या सर्वांगीण आरोग्यासाठी आवश्यक आहेत. पालकांनी मुलांना त्यांचे आरोग्य सुधारण्यासाठी योग्य मार्गदर्शन, प्रेरणा आणि समर्थन दिले पाहिजे, जेणेकरून ते जीवनातील प्रत्येक टप्प्यावर अधिक सक्षम आणि तंदुरुस्त असतील.

प्रकरण १५: विविधतेचा आदर शिकविणे

किशोरवयीन मुलं समाजात विविधता आणि भिन्नतेला स्वीकारत असताना, पालकांची भूमिका अत्यंत महत्त्वाची असते. विविधतेचा आदर म्हणजेच आपल्या सभोवतालच्या प्रत्येक व्यक्तीला तिच्या धर्म, संस्कृती, आणि पारंपारिक वैशिष्ट्यांबद्दल आदर देणे. या प्रक्रियेत, पालकांनी मुलांना कसे सहिष्णुता, समज आणि समानतेचे धडे द्यायचे हे शिकवणे आवश्यक आहे. मुलं जेव्हा विविधतेला स्वीकारतात आणि इतरांच्या आदर्शांचा आदर करतात, तेव्हा ते एक सामाजिकदृष्ट्या सशक्त आणि समजदार व्यक्तिमत्व बनतात.

भिन्न संस्कृती आणि परंपरांविषयी चर्चा

1. संस्कृतीच्या विविधतेची ओळख:
विविध संस्कृती आणि परंपरांचा आदर करणे मुलांसाठी महत्त्वाचे आहे. भारतासारख्या विविधतेने भरलेल्या देशात विविध धर्म, भाषा, रीतीरिवाज आणि व्रत आहेत. पालकांनी मुलांना विविध संस्कृतींची ओळख करायला हवी.

संस्कृतीचे महत्त्व आणि इतिहास: मुलांना त्यांच्या संस्कृतीचे आणि इतर संस्कृतीचे महत्त्व समजून सांगणे महत्त्वाचे आहे. उदाहरणार्थ, जेव्हा एखाद्या वेगळी परंपरा, उत्सव किंवा सण असतो, तेव्हा मुलांना त्या परंपरेबद्दल माहिती देऊन त्यांना त्याचा आदर शिकवावा.

संस्कृतीमधील समानतांचे ठळक मुद्दे: संस्कृतींच्या वेगवेगळ्या प्रकारांचा अभ्यास करून मुलांना कळवले पाहिजे की प्रत्येक संस्कृतीमध्ये काहीतरी अद्वितीय आहे, पण शेवटी सर्व संस्कृती मानवतेच्या समान धाग्याने जोडलेल्या आहेत. यामुळे मुलांना भिन्नतेला स्वीकारण्याची आणि सन्मान देण्याची क्षमता मिळते.

2. धार्मिक विविधतेचा आदर:
विविध धर्मांची पूजा पद्धती, त्यांच्या श्रद्धा आणि आस्थांचे महत्त्व मुलांना समजून सांगितले पाहिजे. मुलांना धर्माच्या बाबतीत समजून घेणे आणि सहिष्णुतेचे धडे देणे हे पालकांचे कर्तव्य आहे.

धर्माच्या विविधतेला कदर करा: मुलांना धर्म, श्रद्धा, आणि विविध धार्मिक सणांचे आदर कसा करावा याबद्दल मार्गदर्शन करा. धर्माच्या नावावर असलेल्या भेदभावाच्या परिस्थितीत, मुलांना योग्य मूल्यांची शिकवण देणे आवश्यक आहे.

सर्वांबद्दल समानतेची भावना विकसित करणे

1. समानतेचा आदर:

विविधतेचा आदर करत असताना, मुलांना समानतेच्या भावना प्रगल्भ होणे महत्त्वाचे आहे. मुलांना शिकवावे लागते की सर्व माणसांमध्ये समान हक्क आणि समान दर्जा असावा लागतो.

वर्ग, लिंग, रंग आणि सांस्कृतिक भेद: मुलांना हे शिकवा की आपल्या सभोवतालच्या प्रत्येक व्यक्तीला समान दर्जा आणि आदर मिळावा. त्यांच्या शालेय जीवनात असलेल्या विविध मित्रांबद्दल, लिंग, रंग किंवा वांशिकतेच्या आधारावर कोणत्याही प्रकारचा भेदभाव करणे चुकीचे आहे.

समानतेची शिकवण देणे: मुलांना सांगितले पाहिजे की सर्व व्यक्ती एकमेकांशी समान आहेत. त्यांना इतरांच्या अनुभवांना मान्यता देऊन, त्यांची व्यक्तिमत्वे आणि निवडी स्वीकारणे शिकवावे लागते.

2. भेदभाव आणि तिरस्काराची टाकाऊ वर्तणूक:
मुलांना भेदभाव, रंगभेद, जातीय व धार्मिक तिरस्कार कसा टाळावा आणि त्यावर कसे प्रतिक्रिया द्यावी याबद्दल मार्गदर्शन करा.

चुकांची जाणीव करणे: मुलांना भेदभाव व तिरस्काराची दुरुस्ती करण्यासाठी सकारात्मक संवाद साधायचा आहे. उदाहरणार्थ, "तुम्ही त्या व्यक्तीला या कारणामुळे भेदभाव करत आहात का?" असं विचारून त्यांना विचार करण्यास प्रवृत्त करा.

मुलांना सहिष्णुता आणि समजुतीचे धडे देणे

1. सहिष्णुतेचे महत्त्व:
सहिष्णुता म्हणजेच विविध विचार, विश्वास आणि मतांना स्वीकारणे आणि त्यांच्यासोबत शांततेने वागणे. मुलांना शिकवले पाहिजे की सहिष्णुतेचा अभाव समाजामध्ये अशांतता निर्माण करतो.

प्रश्न विचारणे आणि समजून घेणे: मुलांना प्रोत्साहित करा की ते इतरांच्या विचारांना समजून घेण्यासाठी प्रश्न विचारू शकतात. विचारांच्या विविधतेला एकत्र स्वीकारून संवाद साधणे आणि एकमेकांचा आदर राखणे हे सहिष्णुतेचे खरे स्वरूप आहे.

सामाजिक विषमता आणि तडजोड: मुलांना सांगितले पाहिजे की प्रत्येक व्यक्तीला स्वातंत्र्य आणि समानता हवी असते. जेव्हा त्यांना सामाजिक विषमता दिसते, तेव्हा त्यांना योग्य पद्धतीने शांततेने, संवाद साधून कसं निवारण करावं हे शिकवावं.

2. समजुतीचे धडे:
एकमेकांना समजून घेणे हे एक महत्त्वाचे अंग आहे. मुलांना त्यांच्या सहली किंवा जीवनातील विविध अनुभवांमधून इतरांच्या जखमांचा, त्यांचे विचार आणि त्यांच्या दुःखांचा समज करून घ्यावा लागतो.

आश्वासन आणि साहाय्य: मुलांना सांगितले पाहिजे की इतरांना समजून घेणे त्यांना आत्मविश्वास देते आणि हे जग अधिक चांगलं बनवते. उदाहरणार्थ, एखाद्या मित्राला किंवा सहलीच्या लोकांना धीर देणं किंवा त्यांना समजून घेणं हे सहिष्णुता आणि समजुतीचा उत्तम उदाहरण ठरते.

विविधतेचा आदर मुलांमध्ये निर्माण करणं ही एक महत्त्वाची प्रक्रिया आहे जी त्यांना समाजात शांततेने वागण्यास सक्षम बनवते. पालकांना त्यांच्या मुलांना संस्कृतीच्या, धर्माच्या, आणि पारंपारिक भिन्नतेचा आदर करण्याची शिकवण द्यावी लागते. सहिष्णुता आणि समानतेच्या मूल्यांना मुलांना अंगीकार करून त्यांना सामाजिकदृष्ट्या समजदार आणि चांगले नागरिक बनवता येऊ शकते. मुलं जेव्हा विविधतेला स्वीकारतात आणि इतरांचे आदर्श मानतात, तेव्हा ते एक वैश्विक समुदायाचा भाग बनतात जो मानवतेच्या प्रगतीत योगदान देतो.

प्रकरण १६: पालकांसाठी ताण व्यवस्थापन

पालकत्व हे एक अत्यंत आव्हानात्मक कार्य असू शकते, विशेषतः किशोरवयीन मुलांच्या संगोपनादरम्यान. मुलांच्या विविध गरजा, त्यांच्या शारीरिक आणि मानसिक बदलांचे व्यवस्थापन, कामाची जबाबदारी, आणि घरातील इतर कामे यामुळे पालकांवर ताण वाढू शकतो. या ताणाचा प्रभाव केवळ पालकांच्या शारीरिक आणि मानसिक आरोग्यावर होतोच, पण त्याचा पालक-पाल्य संबंधावर आणि कुटुंबाच्या एकात्मतेवरही प्रतिकूल परिणाम होऊ शकतो. म्हणूनच, पालकांनी स्वत:साठी ताण व्यवस्थापनाचे उपाय शिकून त्याचा समावेश जीवनशैलीत करावा लागतो.

पालक म्हणून स्वत:चा ताण कसा कमी करावा

1. स्वत:साठी वेळ काढणे:
पालक म्हणून, प्रत्येक क्षण मुलांच्या आणि कुटुंबाच्या गरजा पूर्ण करण्याच्या धावपळीत, स्वत:साठी वेळ काढणे खूप महत्वाचे आहे. हे थोडं कठीण असू शकतं, पण नियमितपणे स्वत:साठी वेळ दिल्याने ताण कमी होऊ शकतो. उदाहरणार्थ, मुलांना शाळेतील कामासाठी दिलेले वेळ निश्चित करा आणि त्या दरम्यान स्वत:साठी आरामदायक काहीतरी करा, जसे की वाचन, चालायला जाणे, किंवा हौशी काम करत बसणे.

घट्ट वेळ ठरवणे: काही वेळा, पालक म्हणून मुलांच्या जबाबदाऱ्या पूर्ण करत असताना स्वतःसाठी वेळ काढणे विसरले जाते. मुलांची आणि कुटुंबाची काळजी घेत असताना, स्वतःच्या आनंदासाठी किंवा शांतीसाठी वेळ ठरवणे अत्यंत आवश्यक आहे.

2. समस्या ओळखून स्वीकारणे:
आपल्या ताणाच्या कारणांची ओळख करणे आणि ती स्वीकारणे हा पहिला पाऊल असतो. पालक म्हणून आपण काम, मुलांच्या आव्हानात्मक वागण्या, आर्थिक जबाबदाऱ्या आणि घरातील इतर समस्या यावर ताण होऊ शकतो. यासाठी, त्या ताणाचे कारण ओळखणे आणि त्यावर काम करणे आवश्यक आहे.

ताणाशी प्रामाणिकपणे सामना करणे: हे साध्य करण्यासाठी, पालकांनी ताणाच्या कारणांविषयी आपले विचार मोकळे करणे महत्वाचे आहे. कुटुंबातील इतर सदस्य किंवा सहलींमध्ये सहभागी होणारे मित्र यांच्याशी संवाद साधून आपला ताण कसा व्यवस्थापित करावा, याबद्दल चर्चा केली पाहिजे.

3. परिपूर्णतेच्या अपेक्षा कमी करणे:
पालक म्हणून परिपूर्णतेच्या अपेक्षा ठेवणे आपल्याला अधिक ताण देऊ शकते. मुलांची आणि कुटुंबाची स्थिती नेहमीच प्रगतीशील आणि अनिश्चित असते. त्यामुळे, चुकता येण्याची आणि आपले सर्वोत्तम देण्याची समजूत घेतल्यानंतरच ताण कमी होतो.

स्वत:ला माफ करा: प्रत्येक गोष्टीत परिपूर्ण होण्याची किंवा बरोबर करण्याची अपेक्षा ठेवणं अनेक वेळा ताण निर्माण करू शकते. परंतु, कधी कधी चुकता येणं आणि फक्त सर्वोत्तम प्रयत्न करणं हेच अधिक योग्य असते.

योग, ध्यान, आणि विश्रांतीची पद्धती

1. योग आणि प्राणायाम:
ताण कमी करण्यासाठी योग आणि प्राणायाम अत्यंत प्रभावी ठरू शकतात. यामध्ये शारीरिक व्यायामासोबतच मानसिक शांती आणि ताजेतवानेपणाची भावना निर्माण केली जाते.

योगाचे फायदे: योगामुळे शरीरातील ताण कमी होतो, मानसिक शांती मिळवता येते आणि शारीरिक आरोग्य सुधरते. योगाच्या काही सोप्या आसनांचा नियमित सराव पालकांसाठी ताण आणि चिंता कमी करण्यास मदत करू शकतो.

प्राणायामाचे महत्त्व: प्राणायामाचे श्वासावर नियंत्रण ठेवणे ताण कमी करण्याचे एक प्रभावी साधन आहे. श्वासाच्या गतीवर नियंत्रण ठेवण्यामुळे आपल्याला मानसिक शांती आणि अधिक चांगला ताण व्यवस्थापन अनुभवता येतो.

2. ध्यान (Meditation):
ध्यान म्हणजेच एकाग्रतेसह मानसिक विश्रांती घेणे. नियमित ध्यान केल्याने मन एकाग्र होतं आणि चिंता किंवा ताणामुळे होणारे मानसिक दडपण कमी होतात.

ध्यान पद्धतीचा उपयोग: साधारणतः १०-१५ मिनिटांच्या ध्यान सेशन्समध्ये शरीर आणि मन शांत करण्याचे प्रयत्न केले जातात. लक्ष वेधून घेणारे विचार नियंत्रित करणे आणि श्वासावर लक्ष केंद्रित करून ताण कमी होऊ शकतो.

ध्यानाचे परिणाम: नियमित ध्यान केल्याने मानसिक ताण कमी होतो, निर्णय घेण्याची क्षमता सुधारते, आणि अधिक शांत व सकारात्मक दृष्टिकोन प्राप्त होतो.

3. विश्रांती आणि फोकस:
विश्रांती ही ताण कमी करण्याची आणि जीवनाला संतुलन देण्याची अत्यंत महत्त्वाची पद्धत आहे. विश्रांती घेतल्याने शरीराची ऊर्जा पुन्हा मिळवता येते, तसेच मानसिक ताण कमी होतो.

वेळ काढून विश्रांती घेणे: मुलांच्या घडामोडींमध्ये किंवा कामाच्या तणावात थोडा वेळ विश्रांतीसाठी काढणे, कधी कधी प्रवास करणे किंवा फुकटातले काहीतरी शरण घालणे, हे सगळे ताण कमी करण्यास मदत करतात.

पालकांमधील संवाद सुधारण्यासाठी सल्ले

1. संपूर्णपणे ऐकणे (Active Listening):
पालक म्हणून आपसातील संवाद सुधारण्यासाठी, एकमेकांचे पूर्णपणे ऐकणे आवश्यक आहे. संवाद केवळ बोलण्यातूनच नाही तर ऐकण्यातूनही निर्माण होतो. एकमेकांचे विचार, भावना आणि समस्यांवर पूर्ण लक्ष देणे संवादाची गुणवत्ता सुधारते.

अवधानाने ऐकणे: जेव्हा एका पालकाला इतराच्या भावना किंवा विचार ऐकायचे असतात, तेव्हा त्यांना प्रतिकार करणे किंवा तडजोड सुचवणे आवश्यक नाही. कधी कधी, फक्त ऐकणं, समजून घेणं, आणि कधी कधी शांतपणे बसून त्यांना सामोरे जाणं ही उत्तम संवादाची पद्धत ठरते.

2. सकारात्मक संवादाची शैली ठेवणे:
सकारात्मक संवाद करणे म्हणजे वाद आणि तणावाच्या काळात, उत्तम व प्रामाणिक संवाद साधणे. संवाद नेहमी आदरयुक्त, प्रोत्साहक, आणि सहकार्याच्या भावनेत असावा लागतो.

प्रशंसा आणि प्रोत्साहन देणे: एकमेकांच्या चांगल्या कामाची प्रशंसा करून, नकारात्मकतेच्या ऐवजी सकारात्मक दृष्टिकोन ठेवणे आवश्यक आहे. उदाहरणार्थ, "तुम्ही किती मदत केली" किंवा "तुम्ही खूप चांगले काम करत आहात" अशी वाक्ये संवादामध्ये वापरल्यास एकमेकांमध्ये सामंजस्य वाढते.

3. समस्या सोडविण्यासाठी सहकार्य:
मुलांच्या वयाच्या अडचणी, कामातील ताण, किंवा इतर जीवनातील समस्यांवर एकत्र चर्चा करणे आणि सामूहिकपणे उत्तर शोधणे यामुळे पालकांमधील संबंध मजबूत होतात.

सहकार्याचा दृष्टिकोन: संवादामध्ये एकमेकांचा दृष्टिकोन समजून घेऊन सहकार्याच्या पद्धतीने समस्या सोडवणे हे ताण कमी करणारे ठरते.

पालकांना जीवनातील ताणाशी तोंड देण्यासाठी अनेक उपाय शिकून त्यांचा समावेश जीवनशैलीत करणे अत्यंत आवश्यक आहे. योग, ध्यान, विश्रांती आणि तणावाच्या व्यवस्थापनाची योग्य पद्धती न केल्यास, ते पालकांच्या मानसिक आणि शारीरिक आरोग्यावर विपरीत परिणाम करू शकतात. त्याचप्रमाणे, संवादाच्या कौशल्यांमध्ये सुधारणा करून, पालक-पालकांमधील समज आणि सामंजस्य सुधारणे हे ताण कमी करण्यात मदत करू शकते.

प्रकरण १७: किशोरवयीन मुलांसाठी प्रेरणादायी कथा

किशोरवयीन मुलांना प्रेरणा देणे आणि त्यांना जीवनातील अडचणींवर मात करण्यासाठी सजग करणे हे एक मोठे कर्तव्य असते. किशोरवयीन वयात मुलं विविध मानसिक, शारीरिक, आणि भावनिक बदल अनुभवतात, आणि त्यांचा स्वभाव देखील बदलत असतो. त्यामुळे, योग्य मार्गदर्शन आणि प्रेरणा मिळवून ते यशाच्या दिशेने वाटचाल करणे हे महत्त्वाचे आहे. प्रेरणादायी कथा हे मुलांना दिलेलं एक प्रभावी साधन असू शकतात. यामुळे त्यांना संघर्षांचा सामना कसा करावा, हार मानण्याऐवजी पुढे कसं जावं, आणि यश कसं मिळवायचं हे शिकवता येते.

प्रत्येक संघर्षातून शिकण्याचे धडे

1. संघर्षाच्या पार्श्वभूमीवर शिकणे:
प्रत्येक मुलाचं जीवन संघर्षाशिवाय असू शकत नाही. संघर्ष हेच मुलांना शिकवतात, त्यांना सक्षम बनवतात, आणि त्यांच्यात आत्मविश्वास निर्माण करतात. अशा प्रकारच्या कथांद्वारे, मुलांना शिकवता येईल की प्रत्येक संघर्षाचा एक विशिष्ट उद्देश असतो आणि तो त्यांना प्रगतीकडे नेतो.

अडचणींचा सामना करणे: उदाहरणार्थ, कोणीतरी एका कडव्या परीक्षेत अपयश मिळालं, तरी त्यांनी निराश न होता पुन्हा मेहनत केली आणि यश मिळवलं. अशा कथा मुलांना सांगून त्यांना शिकवता येईल की हर एक पराभव हा एक नवीन शिका शिकण्याचा वसा असतो.

सकारात्मक दृषटिकोन: मुलांना शिकवायला हवं की ते जेव्हा संघर्षात असतात, तेव्हा ते त्याचे गोड फळ नक्कीच मिळवू शकतात. हार मानण्याऐवजी, त्या संघर्षातून नवीन धडे घेत त्याचा उपयोग पुढे कसा करावा हे शिकवण्याची आवश्यकता आहे.

2. विरोध आणि आव्हानांना तोंड देणे:
प्रेरणादायी कथा मुलांना शिकवतात की प्रत्येक आव्हान, अपयश, किंवा विरोध हा यशाच्या मार्गावर एक टप्पा आहे. ते कशाप्रकारे अपयशाच्या स्थितीतून बाहेर पडू शकतात आणि पुढे काय करायला हवं याबद्दल शिकता येते.

उदाहरण: एक उदाहरण देऊ शकतो की एक किशोरवयीन मुलगा जेव्हा एका खेळाच्या टीममध्ये ठरलेला खेळाडू म्हणून सामील झाला, त्याने आपल्या स्वप्नांमध्ये अडचणी आणि पराभवांचा सामना केला, मात्र त्याने त्या प्रत्येक आव्हानाशी झुंज देऊन अखेर आपल्या क्षेत्रात यश मिळवले. ही कथा त्या मुलांला शिकवते की प्रत्येक अडचण त्यांना उत्तम बनवते.

यशस्वी किशोरवयीन मुलांच्या उदाहरणांचा उल्लेख

1. यशाच्या प्रगतीचे उदाहरण:
प्रेरणादायी कथा सांगताना, यशस्वी किशोरवयीन मुलांची कथा वापरणे हे एक अत्यंत प्रभावी साधन आहे. जगभरातील अनेक किशोरवयीन मुलांनी विविध क्षेत्रांमध्ये उत्कृष्ट यश मिळवले आहे, आणि त्यांची कथा इतर मुलांसाठी आदर्श ठरू शकतात.

उदाहरण: एखाद्या किशोरवयीन मुलीचा उदाहरण घेतल्यास, जी अगदी कमी वयात एका मोठ्या क्षेत्रात, जसे की विज्ञान, संगीत, कला, किंवा खेळात नावारूपाला आली आहे. तिच्या यशामुळे मुलांना हे शिकवता येईल की वय हे फक्त एक संख्या आहे आणि आपल्या स्वप्नांच्या दिशेने प्रगती साधता येते.

2. कसोटी आणि संघर्षाची कथा:
किशोरवयीन मुलांशी संबंधित एखादी कथाही येऊ शकते जिचे उदाहरण म्हणून त्यांना एक विशेष संघर्ष पार करावा लागला आणि तो पराभव किंवा तणावाच्या स्थितीतून बाहेर पडल्यावर यशाचा चंद्र त्यांच्या जीवनात चमकला. ही कथा मुलांना शिकवते की कधीही संघर्षातून मागे हटता येत नाही.

उदाहरण: एका किशोरवयीन मुलाचा संघर्ष तो शालेय जीवनातील वाईट गुण किंवा आर्थिक अडचणींमुळे असू शकतो, परंतु त्याने परिश्रम आणि आत्मविश्वास ठेवून आपल्या जीवनातील प्रत्येक समस्येला तोंड दिलं आणि अखेर यश मिळवलं.

कथांद्वारे संवाद साधण्याचा प्रभाव

1. संवाद साधताना कथा वापरणे:
किशोरवयीन मुलांसोबत संवाद साधताना, प्रेरणादायी कथा सांगणे मुलांच्या मनावर सकारात्मक प्रभाव निर्माण करू शकते. कथा मुलांच्या भावनांना जोडते, त्यांच्या विचारांना आकार देते आणि त्यांना मार्गदर्शन करते.

कथांमध्ये योगदान देणे: उदाहरणार्थ, मुलांना सांगणे की एका कथेतील नायकाने संघर्ष केला, किंवा एका मुलीने संकटांच्या परिस्थितीत हार मानली नाही आणि शेवटी जिंकली, ही कथा त्यांना शिकवते की संघर्ष म्हणजेच संधी असू शकते.

2. प्रेरणा आणि आस्थेची निर्मिती:
किशोरवयीन मुलं जेव्हा इतरांच्या यशाच्या कथांवर विचार करतात, तेव्हा त्यांना आत्मविश्वास प्राप्त होतो. कथांद्वारे संवाद साधताना, मुलांना तेव्हा विश्वास देण्याची आवश्यकता असते की त्यांना कोणत्याही समस्येमध्ये मोठे यश मिळवता येईल.

इमोशनल कनेक्शन: एका किशोरवयीन मुलाची प्रेरणादायी कथा त्याच्या मनाला भावनिक दृष्टिकोनातून जोडते. उदाहरणार्थ, एका मुलाने कसं गरीब कुटुंबात जन्म घेतला, पण त्याने प्रत्येक

परिस्थितीचा सामना करत शिक्षण घेतलं आणि मोठं यश मिळवलं. अशी कथा मुलांना त्यांच्या जीवनातील संघर्षांच्या दृषटिकोनात बदल घडवू शकते.

प्रेरणादायी कथा किशोरवयीन मुलांना केवळ मार्गदर्शन देतातच, तर त्यांना विश्वास आणि आत्मविश्वासही निर्माण करतात. प्रत्येक संघर्षामध्ये शिकण्याचे धडे असतात आणि मुलांना त्या संघर्षावर मात करण्यासाठी योग्य मार्गदर्शनाची आवश्यकता असते. यशस्वी किशोरवयीन मुलांच्या उदाहरणांनी त्यांना प्रेरित करणं, आणि त्यांच्या विचारांमध्ये सकारात्मक बदल घडवून त्यांना उत्तम निर्णय घेण्यास मदत करणं, हे पालकांचे कर्तव्य असते.

प्रकरण १८: परिस्थितीनुसार संवाद कसा करावा?

किशोरवयीन मुलांशी संवाद साधताना परिस्थितीनुसार संवादाची शैली आणि पद्धत महत्त्वाची ठरते. प्रत्येक मुलाचा स्वभाव, वय, आणि त्याच्या जीवनातील अनुभव वेगवेगळे असतात, त्यामुळे संवादाचा प्रकार आणि शैली देखील वेगळी असावी लागते. तसेच, मुलांच्या विविध क्षेत्रांतील गरजांनुसार, उदा. अभ्यास, प्रेमसंबंध, किंवा इतर सामाजिक दृषटिकोन, संवाद बदलणे आवश्यक असते. या प्रकरणात आपण परिस्थितीनुसार संवाद कसा करावा, यावर विचार करणार आहोत.

मुलांच्या अभ्यासात मदत करणे

1. समजून उमजून मदत करणे:
मुलांच्या अभ्यासातील अडचणींचं समोर येणं आणि त्यावर संवाद साधणे आवश्यक आहे. मुलांच्या अभ्यासातील अडचणी, गडबड, किंवा निराशा अनुभवताना, पालकांनी समजून उमजून संवाद साधावा लागतो. त्यांना सहकार्य देणे, त्यांची शंका सोडवणे, आणि धीर देणे हे महत्त्वाचे आहे.

मुलांच्या गरजांचा अंदाज घेणे: काही मुलं चांगल्या रीतीने शिकतात, तर काहींना मार्गदर्शनाची अधिक आवश्यकता असते. त्यांना त्यांच्याच गतीनुसार शिकवायला हवं, आणि हवं असल्यास, व्यक्तिचित्रानुसार शिकवण्याची पद्धत वापरणे.

सकारात्मक प्रोत्साहन: मुलं जर काही चुकीच्या पद्धतीने शिकत असतील किंवा कमी कष्ट घेत असतील, तर त्यांना चुकांची दुरुस्ती करण्याचा मार्गदर्शन करणे आवश्यक आहे. तसेच, अभ्यासामध्ये सकारात्मक बदल आणण्यासाठी त्यांना प्रोत्साहन देणे आवश्यक आहे. "तुम्ही अजून चांगलं करू शकता!" असे शब्द मुलांच्या आत्मविश्वासात भर घालतात.

2. अर्थपूर्ण संवादाची आवश्यकता:
अभ्यासाच्या संदर्भात मुलांशी संवाद करतांना, चुकूनदेखील त्यांना दोष देणारा किंवा त्यांना कमी लेखणारा संवाद टाळावा. त्यांचा आत्मविश्वास घटविण्याऐवजी, त्यांना सुधारणा कशी करता येईल हे सांगणारा संवाद असावा लागतो.

मुलांच्या विचारांना स्थान देणे: "तुम्हाला काय अडचण येत आहे?" असे विचारल्याने, मुलांच्या विचारांना स्थान दिलं जातं. त्याच्या शंकांची नोंद घ्या आणि त्यावर सहानुभूतीने चर्चा करा.

प्रेमसंबंधांशी संबंधित संभाषणे

1. विश्वास आणि गोपनीयता राखणे:

किशोरवयीन मुलांना प्रेमसंबंधांबद्दल विचारल्यास, त्यांना एक विश्वासू वातावरण आवश्यक असतो. या वयात मुलं प्रेमसंबंधातील गोंधळ किंवा विचारसरणीचा अनुभव घेत असतात. त्यांना खूप भावनिक आधार, मार्गदर्शन, आणि गोपनीयता हवी असते.

प्रामाणिक संवाद: मुलं प्रेमसंबंधांबद्दल शंका किंवा प्रश्न विचारू इच्छित असताना, पालकांनी प्रामाणिकपणे उत्तर देणे आवश्यक आहे. परंतु, उत्तरे दिली जात असताना, मुलांच्या भावना आणि वयाचा आदर करावा लागतो.

प्रेमसंबंधांबद्दल समजून सांगणे: किशोरवयीन मुलांशी प्रेमसंबंधावर चर्चा करतांना, त्यांना प्रेमाचे अर्थ, मर्यादा, आणि जबाबदारी समजावून सांगणे महत्त्वाचे आहे. प्रेम हा एक सुंदर अनुभव असला तरी, त्यात समजुती, विचारशीलता, आणि आदर असावा लागतो हे मुलांना सांगितल्यास ते त्या संबंधांचे योग्य व्यवस्थापन करू शकतात.

भावनिक सुरक्षा: प्रेमसंबंधांशी संबंधित गोष्टी विचारत असताना, मुलांना सांगावं की ते कुठल्या मार्गाने सुरक्षीत राहू शकतात आणि आपल्या भावनांना कसं व्यक्त करावं, याबद्दल मार्गदर्शन करा.

2. कधी आणि कसे बोलावे:
प्रेमसंबंधांबद्दल बोलताना, संवादाची वेळ आणि पद्धत योग्य असावी लागते. काही मुलं प्रेमसंबंधांना कमालीचे गुप्त ठेवू इच्छित असतात, तर काहींना खुलेपणाने संवाद साधायचं असतो. पालकांनी मुलांचा दृष्टिकोन समजून घेतल्यावरच संवाद साधावा.

गोपनीयतेचा आदर करा: मुलं प्रेमसंबंधांबद्दल चर्चा करतांना, गोपनीयता राखायला हवी. त्यांचा विश्वास जपणे महत्त्वाचे आहे. "माझ्या बाबतीत कोणत्याही गोष्टीत लक्ष घ्या आणि विचारू इच्छित असलेल्या गोष्टींवर खुलेपणाने चर्चा करा," असं सांगून त्यांना आपला विश्वास मिळवण्याचा प्रयत्न करा.

मुलांच्या स्वभावानुसार संवाद शैली ठरवणे

1. स्वभावानुसार संवाद:
प्रत्येक मुलाचा स्वभाव वेगळा असतो. काही मुलं मोकळ्या, संवादप्रिय असतात, तर काहींना अधिक सुरक्षित किंवा शांत संवादाची आवश्यकता असते. पालकांना मुलांच्या स्वभावानुसार संवादाची शैली ठरवावी लागते. उदाहरणार्थ:

मोकळ्या मुलांसाठी: जेव्हा मुलं मोकळ्या पद्धतीने संवाद साधतात, त्यांना वेगवेगळ्या मुद्द्यांवर विचारू शकता. त्यांना प्रोत्साहन देणे आणि चर्चेसाठी खुला मार्ग देणे आवश्यक आहे.

संकोची मुलांसाठी: अशा मुलांना सहज संवाद साधण्यासाठी, आपल्याला कधी कधी थोडा वेळ घालवावा लागतो. त्यांना विश्वास देऊन, तणावमुक्त वातावरण तयार करा.

भावनिक मुलांसाठी: काही मुलं भावनिक असतात आणि त्यांच्या विचारांवर ताण येतो. अशा मुलांसाठी संवाद करतांना, शांततेने आणि समजूतदारपणे विचार करा, आणि त्यांना भावनिक आधार देण्याचा प्रयत्न करा.

2. संवादाची पद्धत ठरवणे:

पालक म्हणून, संवादाची पद्धत ठरवताना, त्यांचा स्वभाव आणि व्यक्तिमत्व लक्षात घेतले पाहिजे. यासाठी काही पद्धती विचारात घेतल्या पाहिजेत:

सकारात्मक आणि उत्साही संवाद: काही मुलं उत्साही असतात, आणि त्यांना सकारात्मक पद्धतीने संवाद साधायला आवडतं. अशा मुलांसोबत संवाद करतांना, त्यांना उत्साहित करा, त्यांचा आत्मविश्वास वाढवा.

गंभीर आणि संवेदनशील संवाद: काही मुलं गंभीर आणि संवेदनशील असतात, त्यांना संवाद साधताना थोडं अधिक संवेदनशील असणे आवश्यक असतं. त्यांना खूपच थोड्या शब्दांमध्ये पण थोडा अधिक विचारशक्तीने संवाद करणे महत्त्वाचे आहे.

किशोरवयीन मुलांसोबत संवाद साधताना परिस्थितीनुसार संवादाचे योग्य प्रकार ठरवणे अत्यंत महत्त्वाचे आहे. त्यांच्या अभ्यासाशी संबंधित मदतीसाठी प्रोत्साहन, प्रेमसंबंधांशी संबंधित संभाषणात विश्वास आणि मार्गदर्शन, तसेच स्वभावानुसार संवाद शैली ठरवणे हे पालकांचे कर्तव्य असते. प्रत्येक मुलाच्या गरजा वेगळ्या

प्रकरण १९: विशेष गरजा असलेल्या मुलांसोबत संवाद

विशेष गरजा असलेल्या मुलांसोबत संवाद साधताना, त्यांना लक्ष देणे, त्यांच्या गरजांना समजून घेणे, आणि त्यांच्या जीवनातील विशिष्ट आव्हानांची ओळख करणे आवश्यक आहे. या मुलांसाठी संवादाची पद्धत अधिक संवेदनशील, समजूतदार आणि धैर्यशील असावी लागते. ते आपल्या शारीरिक, मानसिक, किंवा भावनिक अडचणींमुळे कधी कधी परंपरागत संवाद प्रक्रियेतून वेगळे असू शकतात. या प्रकरणात, विशेष गरजा असलेल्या मुलांसोबत संवाद कसा करावा आणि त्यांना योग्य मार्गदर्शन कसे द्यावे, हे विस्तृतपणे पाहूया.

त्यांच्या गरजांवर लक्ष केंद्रित करणे

1. व्यक्तिगत गरजा ओळखणे:
विशेष गरजा असलेल्या मुलांची गरज विविध असू शकतात. काही मुलं शारीरिक विकलांगतेमुळे, तर काही मानसिक किंवा शिक्षणविषयक अडचणींमुळे वेगवेगळ्या प्रकारे संवाद साधू शकतात. त्यांच्या गरजा ओळखणे आणि त्या नुसार संवाद साधणे अत्यंत महत्त्वाचे आहे.

शारीरिक किंवा मानसिक अडचणींचं समजून घेणे: उदाहरणार्थ, जर मुलाला सुनवाईची समस्या असेल, तर आपल्याला त्याच्या जवळ उभं राहून, स्पष्टपणे बोलून त्याच्याशी संवाद साधावा लागेल. याव्यतिरिक्त, जर मुलाला ऑटिझम स्पेक्ट्रम डिसऑर्डर असेल, तर त्याला सामाजिक संकेत आणि अभिव्यक्ती समजून घेण्यात अडचण येऊ शकते. अशा मुलांसोबत संवाद करतांना, अधिक संजीवक आणि सरळ संवाद पद्धत उपयोगी ठरते.

2. शारीरिक कसरत किंवा आहाराच्या गरजा:
काही मुलं शारीरिकदृष्ट्या कमजोर असू शकतात, आणि त्यांना नियमितपणे काही शारीरिक उपचार किंवा आहार आवश्यक असतो. त्यांना योग्य शारीरिक कसरत किंवा आहाराची माहिती देणं आणि त्यांना त्याबद्दल मार्गदर्शन करणे आवश्यक आहे.

आहार आणि दिनचर्या सांगणे: मुलांना त्यांच्या आहाराची योग्य माहिती देऊन, त्यांना आवश्यक पदार्थ खाण्याचे महत्त्व सांगणे. उदाहरणार्थ, जर मुलाला कमी पोषण मिळत असेल, तर त्याचं लक्ष वेगवेगळ्या प्रकारच्या आहारावर केंद्रीत करणं आवश्यक आहे.

सकारात्मकता आणि आत्मनिर्भरता वाढविणे

1. सकारात्मक विचार आणि आत्मविश्वास:

विशेष गरजा असलेल्या मुलांच्या आत्मविश्वासाला प्रोत्साहन देणे आवश्यक आहे. त्यांना शिकवायला हवं की त्यांच्या विशेष गरजा हे त्यांचे सामर्थ्य आहेत, आणि त्यांच्यातल्या वेगळेपणाला समाजात स्वीकार केलं जातं. त्यांच्या कर्तृत्वाला सलाम करा आणि त्यांना खूप काही करण्याची प्रेरणा द्या.

सकारात्मक बोधवाक्यांचा वापर: "तुम्ही जे काही करता, ते विशेष आहे," किंवा "तुम्ही काहीही करू शकता," असे शब्द वापरून त्यांना प्रेरित करा. यामुळे त्यांचा आत्मविश्वास वाढवतो.

2. आत्मनिर्भरतेचे महत्त्व:
मुलांना शारीरिक, मानसिक, किंवा इतर स्वरूपातील स्वावलंबी बनवण्याचे महत्त्व शिकवणे आवश्यक आहे. त्यांना सांगावं की "तुम्ही काहीही करा, पण स्वत:च्या पायावर उभं राहण्याची क्षमता असायला हवी."

स्वतंत्रतेची भावना वाढवणे: जर मुलाला आपली साधी कामे स्वावलंबीपणे करण्यास शिकवता येईल, तर त्याची आत्मनिर्भरता वाढवू शकते. उदाहरणार्थ, मुलाने स्वतःचे कपडे धुणे किंवा त्यांच्या छोट्या छोट्या गोष्टींचा विचार करणे ह्या गोष्टी आत्मनिर्भरतेच्या दिशेने एक मोठं पाऊल ठरू शकतात.

3. मुलांच्या अडचणींना सामोरे जाणे:
प्रत्येक मुलाच्या जीवनात अडचणी येतात, परंतु विशेष गरजा असलेल्या मुलांसाठी त्या अडचणी अधिक तीव्र असू शकतात. त्यांना साहाय्य देताना, त्यांना शिकवा की अडचणींचा सामना कसा करावा आणि त्या पासून शिकता येईल.

अडचणीला सामोरे जाणे: उदाहरणार्थ, जर मुलाला शाळेत दुसऱ्या मुलांशी संवाद साधताना अडचण येत असेल, तर त्याला इतरांच्या मदतीने त्याचा आत्मविश्वास वाढवण्याची संधी द्या. "तुम्ही इतरांच्या मदतीने संवाद साधू शकता, आणि त्यावर शिकू शकता," असा विश्वास देऊन त्यांना मार्गदर्शन करा.

विशेष मुलांच्या पालकांसाठी मार्गदर्शन

1. पालकांना मानसिक आणि भावनिक आधार देणे:
विशेष गरजा असलेल्या मुलांचे पालक अनेकदा मानसिक आणि भावनिक दृष्ट्या खूपच ताणलेले असतात. पालकांसाठी एक संवादकला विकसित करणे आणि त्यांना सकारात्मक मार्गदर्शन देणे हे महत्त्वाचे आहे.

समजूतदारता आणि समर्थन: "आपण एकटे नाहीत," असं सांगून पालकांना त्यांच्या अडचणींवर विजय मिळवण्याची प्रेरणा देणे. पालकांना असे सांगितल्यास, त्यांना हे जाणवते की त्यांचे संघर्ष आणि त्यांची काळजी इतरांनाही आहे.

2. पालकांसाठी समर्थन गट (Support Groups):
विशेष गरजा असलेल्या मुलांचे पालक एकत्र येऊन त्यांच्या अनुभवांचा आदान-प्रदान करू शकतात. असे गट पालकांना भावनिक आधार देतात आणि त्यांना इतरांच्या अनुभवातून शिकण्याची संधी मिळवतात.

समूह चर्चा: पालकांशी संवाद साधताना, त्यांना इतर पालकांसोबत चर्चा करण्याची संधी द्या. त्यांना सांगितलं पाहिजे की "आपण एकमेकांना समजून घेऊ शकतो." यामुळे पालकांना नवीन दृष्टिकोन आणि समाधान मिळू शकते.

3. प्रशिक्षण आणि मार्गदर्शन:
पालकांसाठी विविध प्रकारच्या प्रशिक्षण आणि मार्गदर्शन सत्रांची आयोजन केल्यास, ते आपल्या मुलांच्या गरजा अधिक चांगल्या प्रकारे समजू शकतात. या प्रशिक्षणामध्ये पालकांना विशेष गरजा असलेल्या मुलांसाठी काय पद्धती वापराव्यात, त्यांना कसे मदत करावी, आणि त्यांची जीवनशैली कशी सुधारावी हे शिकवता येईल.

पालकांसाठी वर्कशॉप्स: विशेष गरजा असलेल्या मुलांचे पालक शाळांमध्ये किंवा समुदाय केंद्रांमध्ये वर्कशॉप्स आयोजित करू शकतात. या वर्कशॉप्समध्ये मुलांसोबत संवाद कसा साधावा, त्यांना कसे प्रोत्साहित करावे, आणि त्यांच्या शारीरिक आणि मानसिक आरोग्याची काळजी कशी घ्यावी, याबद्दल मार्गदर्शन केले जाऊ शकते.

विशेष गरजा असलेल्या मुलांसोबत संवाद करतांना, समजून आणि संवेदनशीलतेने संवाद साधणे अत्यंत महत्त्वाचे आहे. त्यांच्या गरजांची आणि विशेषतेची ओळख ठेवून, त्यांना सकारात्मकता आणि आत्मनिर्भरतेचे शिक्षण देणे हे पालकांचे कर्तव्य आहे. त्यांच्या जीवनातील आव्हानांचा सामना करण्यासाठी आवश्यक असलेली मार्गदर्शन आणि समर्थन प्रदान करून, त्यांना समाजात समाविष्ट करणे आणि स्वतंत्र जीवन जगण्यासाठी सक्षम करणे आवश्यक आहे.

शेवटचा विचार

पालकत्व हा एक अत्यंत महत्त्वाचा, अद्वितीय आणि आयुष्यभर चालणारा प्रवास आहे. प्रत्येक पालकाच्या जीवनात मुलांना योग्य मार्गदर्शन देण्यासाठी संवाद हे अत्यंत प्रभावी साधन आहे. संवाद केवळ एका गोष्टीचे मिडियम नसतो, तर तो मुलांसोबत असलेल्या आपले नातेसंबंध अधिक गडद करण्याचा एक मार्ग आहे. यशस्वी संवाद म्हणजे मुलांना त्यांची भावना, विचार, आणि आव्हानं व्यक्त करण्यासाठी सुरक्षित व विश्वासार्ह वातावरण प्रदान करणं.

पालक म्हणून, आपली संवादकला शिकणे आणि ती उत्तम करणं हे मुलांच्या जीवनातील यश आणि समृद्धीच्या दृष्टीने खूप महत्त्वाचं आहे. यशस्वी संवादाच्या माध्यमातून मुलांना त्यांच्या समस्यांचा सामना करणं, स्वतःवर विश्वास ठेवणं आणि त्यांच्या भावनांचे योग्य विश्लेषण करणं शिकवता येऊ शकतं.

स्मरणात ठेवा, संवाद हा एक प्रगल्भ कला आहे, जी वेळोवेळी सुधारता येते. जेव्हा मुलं आपल्याशी संवाद साधताना खुलं होतात, तेव्हा ते नवा आत्मविश्वास मिळवतात आणि त्यांना आपले विचार व्यक्त करण्यास अधिक संकोच वाटत नाही. मुलांच्या मनातील गोंधळ, चिंता, आणि असुरक्षितता दूर होऊन त्यांचा आत्मविश्वास अधिक दृढ होतो.

पालक म्हणून आपल्या संवाद शैलीत विश्वास, समज आणि संवेदनशीलता असावी लागते. आपण जेव्हा मुलांना विश्वास देतो, तेव्हा ते आपल्यावर विश्वास ठेवून त्यांचे मन मोकळं करतात. संवाद हा फक्त एक साधन नसून तो एक शक्तिशाली किल्ला आहे, ज्याच्या माध्यमातून पालक आणि मुलांमधील नाते अधिक मजबूत होऊ शकते.

मुलांना शिकवण्याची प्रक्रिया कधीच समाप्त होत नाही, आणि संवाद हा त्या शिकवणीचा एक अभिन्न भाग असावा लागतो. आपल्या मुलांवर विश्वास ठेवा आणि त्यांना आपल्यावर विश्वास ठेवण्यास शिकवा. हे विश्वासाचे चक्र कायम राखून मुलांना त्यांच्या जीवनाच्या प्रत्येक टप्प्यावर सकारात्मक विचार, चांगली निवडी आणि उत्तम निर्णय घेण्याची क्षमता विकसित करणे हे पालकत्वाचे एक सर्वोत्तम उद्दीष्ट आहे.

वास्तविकता अशी आहे की, संवाद साधताना ज्या गोष्टी आपण मुलांना शिकवतो, त्या जीवनभर त्यांच्यासोबत राहतात. मुलं त्याच्या पालकांच्या मार्गदर्शनाने, योग्य संवादाच्या मदतीने, भविष्याच्या कठीण प्रसंगांना सामोरे जातात, आणि आयुष्याच्या प्रवासात अधिक आत्मविश्वास आणि समजदार होतात.

शेवटी, संवाद हा एक सुंदर कागद आहे, ज्यावर तुम्ही तुमच्या प्रेमाचे आणि मार्गदर्शनाचे विचार लिहू शकता. तुम्ही दिलेला विश्वास आणि मार्गदर्शन हे तुमच्या मुलांचे भविष्य आकारेल, आणि संवादाच्या मदतीने हे दोघेही एकमेकांच्या विश्वासाच्या बंधनात बांधले जातील.

www.ingramcontent.com/pod-product-compliance
Lightning Source LLC
LaVergne TN
LVHW082051051026
849532LV00011B/3562